सायबर गुन्हे कथा

सतर्क रहा सुरक्षित रहा

D9900576

कविता दातार

Made with ♥ on the Notion Press Platform
www.notionpress.com

ज्यांचा आधार आणि प्रोत्साहन मला कायम लाभले, ते माझे पिता स्वर्गीय श्री. चारूमित्र कुलकर्णी आणि पितृतुल्य श्वसुर स्वर्गीय डॉ. श्री. अशोक दातार यांना समर्पित.

अनुक्रमणिका

प्रस्तावना

आपल्या जीवनाचा अविभाज्य घटक असलेले इंटरनेट आणि माहिती तंत्रज्ञान अपुर्‍या माहिती अभावी धोकादायक ठरू शकते. जाणता अजाणता सायबर गुन्हे घडू शकतात किंवा निष्पाप व्यक्तीं अशा गुन्ह्यांची शिकार होऊ शकतात. सावध आणि सजग राहण्यासाठी वाचा सायबर गुन्हे कथा. आपणांस या बाबतींत काही सल्ला किंवा समुपदेशन हवे असल्यास आपण मला datar.kavita@gmail.com वर संपर्क करू शकता. वाचकांच्या प्रतिक्रियांच्या प्रतिक्षेत. . .

सायबर गुन्हे कथा

सतर्क रहा सुरक्षित रहा

कवितादातार

1

मीनू

संध्याकाळचे साडेसात वाजले तशी मी लॅपटॉप बंद करून उठले. अंजूला ऑफिस बंद करण्याच्या आवश्यक त्या सूचना देऊन बाहेर पडणार तेवढ्यात माझा मोबाइल वाजला.

"हॅलो मावशी, मी मीनू बोलतेय." पलीकडून मीनूचा रडवेला आवाज.

"काय गं, काय झाले?" मी थोड्या काळजीनेच विचारले.

मीनू माझ्या मैत्रिणीची सुंदर, हुशार मुलगी आणि माझी विद्यार्थिनी. दोन महिन्यांपूर्वीच तिचे लग्न ठरले होते.

"तुला भेटायचे आहे, आता लगेच. तू कुठे आहेस?" मीनू म्हणाली.

"लगेच ये. मी अजून ऑफिसला आहे." असे तिला सांगून मी फोन बंद केला आणि ताटकळत उभ्या असलेल्या अंजूला जायला सांगितले.

पंधराव्या मिनिटाला मीनू माझ्यासमोर बसली होती. डोळे रडून लाल झाले होते. अजूनही तिचे डोळे सारखे भरून येत होते. आधी मी तिला शांत होऊ दिले. पाणी प्यायला दिले. मग विचारले,

"काय झालंय मीनू? मला नीट सांगशील का?"

उत्तरादाखल तिने तिचा मोबाइल फोन माझ्या पुढ्यात धरला आणि त्यावर एक साइट उघडून तिचे काही आक्षेपार्ह फोटोग्राफ्स मला दाखवत म्हणाली,

"बघ मावशी, माझे किती घाणेरडे फोटो या साइटवर अपलोड झाले आहेत."

एवढे बोलून ती हमसून रडू लागली. मीनूचे ते अश्लिल, बिभत्स फोटो बघून माझा माझ्या डोळ्यांवर विश्वास बसेना. मी मोबाइल तिच्या हातातून काढून बाजूला ठेवला आणि माझ्या खुर्चीतून उठून तिच्या जवळ गेले. तिच्या पाठीवर मायेने हात फिरवत मी तिला शांत रहाण्यास सांगितले.

थोड्याच वेळात स्वतःला सावरत मीनूने सांगायला सुरुवात केली

"या फोटोजची लींक मला माझ्या मैत्रिणीने फॉरवर्ड केली. मला कळावे म्हणून. तिच्या नवऱ्याला हे एका पोर्न साइटवर दिसले. अजून असले माझे फोटोज कुठल्या कुठल्या साइट्स वर असतील देवच जाणे. विश्वास ठेव मावशी मी कोणाचे असले फोटोज बघितले सुद्धा नाहीत. मग स्वतःचे काढून घेईन का?"

मीनूला रडू आवरत नव्हते. मी हतबुद्ध होऊन तिच्याकडे पहात होते. कुठल्या शब्दांत तिचं सांत्वन करावं, मला कळत नव्हते. थोड्या वेळात मी स्वतःला सावरत म्हटलं,

"शांत हो मीनू, रडून काहीच होणार नाहीये. या संकटाला कसं तोंड द्यायचं? याचा आपल्याला डोकं शांत ठेवून विचार करायला हवा."

"कसं शांत राहू मावशी? हे सगळं माझ्या सासरच्यांना कळलं तर माझं लग्न होऊ शकणार आहे का?"

मीनूची शंका रास्त होती. फार वेळ न घालवता भराभर सुत्रं हलवायला हवी होती. मी लॅपटॉप सुरू केला. तिच्या मैत्रिणीने पाठवलेली लिंक वापरून त्या साइटवर जाउन आधी तिच्या फोटोजचे बारकाईने निरिक्षण केले.

फोटोतला मुलीचा चेहरा मीनूचा असला तरी बाकी शरीर दुसऱ्याच कुणा मुलीचे आहे हे तिच्या शरीरावर काढलेल्या टॅटू वरून लक्षात आले. ते फोटो ताबडतोब काढून टाकण्याचे त्या साइटला मी विनंतीवजा इमेल केले. ही सर्व घटना तिच्या होणाऱ्या नवऱ्याला माहित असणं जरुरी होतं. बाहेरुन कळण्यापेक्षा आपणच त्याला सांगायचे असे ठरवून त्याला फोन लावला.

फोनवर त्याला काय घडलंय ते सविस्तर सांगितलं. तो फारच समंजस वाटला. उलट त्याने मीनूची यांत काहि चूक नाही म्हणून तिने फार मनाला लावून घेउ नये अशी तिची समजूत काढली.

दुसऱ्या दिवशी सायबर सेल ला जाउन तक्रारअर्ज द्यायचे ठरवले.

एव्हाना मीनू बरीच शांत झाल्यासारखी वाटली. फोटोंतला चेहरा मीनूच्या मोबाइल मध्ये असलेल्या तिच्या काही फोटोंशी जुळत असल्याने मी लॅपटॉप बंद करून तिचा मोबाइल नीट तपासून बघायचे ठरवले. सर्वप्रथम मोबाइलच्या सेटिंग्जमध्ये जाऊन तिने कुठले ॲप्स इन्स्टॉल केले आहेत ते बघितले. त्यात जास्त करून मेकअप आणि हेल्थ संबधित ॲप्स मला दिसले. प्रत्येक App च्या परमिशन्स मी तपासल्या. त्यापैकी एका App ला सगळ्याच परमिशन्स दिलेल्या दिसत होत्या. जेव्हा आपण स्मार्टफोनवर एखादे App इन्स्टॉल करतो तेव्हा ते App तुमच्या फोनचा कसा वापर करणार आहे याबद्दल तुम्हाला माहिती देणारा एक स्क्रीन येतो. त्या स्क्रीनवर तुम्हाला ओके किंवा कॅन्सल क्लिक करावे लागते. हे करताना बहुतेक जण फारसा विचार करत नाहीत. इथेच मीनूचे चुकले होते, तिने या App ला कॅमेरा, स्टोरेज, मीडिया फाइल्स इत्यादी सगळेच एक्सेस परमिशन्स दिलेले दिसत होते. त्यामुळे याच App च्या थ्रू तिचे फोटोग्राफ्स कुठेतरी अपलोड होऊन त्यांचं मॉर्फिंग (दुसऱ्या फोटोसोबत मिक्सिंग) केलं जात असावं. जरुरी तेवढे ॲप्स तिच्या स्मार्टफोन वर ठेवून बाकीचे ॲप्स मी अनइन्स्टॉल केले. दुसऱ्या दिवशी सायबर सेलला तिने रितसर कम्प्लेंट नोंदवली. त्याचा तपास अजूनही चालू आहे. आज मीनूचे लग्न होऊन सहा महिने झाले आहेत आणि ती सुखात आहे.

मित्र मैत्रिणींनो मीनूची ही सत्य घटना मी तिच्या संमतीने तुमच्याशी शेअर करत आहे. हेतू एवढाच की आपल्या मुली सुरक्षित राहाव्यात.

स्मार्टफोनवर कुठलेही App इन्स्टॉल करताना गुगलवर त्याचे रिव्ह्यूज तपासा. त्याला आपण कोणत्या परमिशन्स देत आहोत ते नीट बघा. App ला दिलेल्या परमिशन्स नंतरही सेटिंग्समध्ये जाऊन तुम्ही काढून घेऊ शकता. मुळांत असलेले आणि जरुरी तेवढेच ॲप्स आपल्या

स्मार्टफोनवर ठेवा. सावध आणि सतर्क राहा.

{ आयटी ॲक्ट 2000 चे कलम 67

· इलेक्ट्रॉनिक स्वरूपात अश्लील मजकूर प्रकाशित किंवा प्रसारित केल्यास शिक्षा

· तीन वर्षांचा तुरुंगवास किंवा पाच लाख रुपये दंड.

· पुन्हा तोच गुन्हा केल्यास, पाच वर्षे सक्तमजुरी आणि दहा लाख रुपये दंड }

2

मृगजळ

नेहा एक निम्न मध्यमवर्गीय परिस्थितीतील सामान्य रंगरूपाची आणि बुद्धीची, बारावी कॉमर्सला शिकणारी मुलगी. मुंबईतील धारावीमध्ये छोट्या अश्या दोन रुमच्या ब्लॉकमध्ये ती, तिचे एका बँकेत सिक्युरिटी गार्ड म्हणून काम करणारे वडील, आई आणि एक लहान भाऊ राहत होते.

नेहाला कॉलेजमध्ये फारसे कोणी मित्र-मैत्रिणी नव्हते. याला कारण तिचा एकलकोंडा, अबोल स्वभाव. छान कपडे घालावेत, स्टायलिश राहावं, मित्रमैत्रिणींच्या घोळक्यात रमावं, आपल्यालाही एक खास मित्र असावा, असे तिला फार वाटे. पण एकंदर परिस्थितीमुळे तिचे हे मनोरथ मनातच विरून जात. समवयस्क मुला मुलींना हास्य विनोद करताना पाहून तिला फार असूया वाटे. आपल्या परिस्थितीची चीड येई. आणि ती अजूनच अंतर्मुख होत असे. एक प्रकारचा न्यूनगंड तिच्यात वाढीस लागला होता.

कधी नव्हे ते नेहा आज खुशीत होती. त्याला कारणही तसेच होते. गेले दोन महिने ती तिच्या बाबांना एक सेकंडहँड स्मार्टफोन घेऊन द्या म्हणून सांगत होती. आज त्यांनी तिच्यासाठी आपल्या बँकेतील एका सहकाऱ्याचा दोन वर्ष जुना स्मार्टफोन उधारीवर खरेदी केला होता. थोडे थोडे करून ते त्या सहकाऱ्याला पैसे देणार होते.

मोठ्या अपूर्वाईने तिने बाबांच्या हातून फोन घेतला. रुमालाने स्वच्छ पुसला आणि जुन्या साध्या मोबाइल फोनमधील सिमकार्ड काढून त्या स्मार्टफोन मध्ये घातले. फोन सुरू केल्यावर त्याच्या स्क्रीनवरील रंगबिरंगी आयकॉन्स ती अनिमिष नेत्रांनी बघू लागली. बाबांकडून थोडे पैसे घेऊन जवळच्या दुकानात जाऊन तिने नेटपॅक विकत घेतला. घरी येऊन तिने व्हॉट्सअॅप, फेसबुक, मेसेंजर असे अॅप्स मोबाइल फोनवर इन्स्टॉल केले. फेसबुकवर तिने स्वतःचे अकाऊंट तयार केले. आणि त्यावर प्रोफाइल फोटो म्हणून ऐश्वर्या या प्रख्यात बॉलीवूड अभिनेत्रीचा सुरुवातीच्या काळातला फोटो लावला. तिच्या बरोबर शिकणाऱ्या काही मुला मुलींना फेसबुकवर शोधून तिने फ्रेंड रिक्वेस्ट पाठवली. काही दूरस्थ, अनोळखी मुलांची नावं अंदाजे टाइप करून त्यांनाही तिने फ्रेंड रिक्वेट पाठवली. यातील एक होता क्रिश जॉन्सन.

******

क्रिश त्याच्या ऑस्ट्रेलियातील सिडनी मधील घरात लॅपटॉपवर कॉलेज असाइनमेंट पूर्ण करण्यात गढून गेला होता. मोबाईल फोनवरील नोटिफिकेशन साउंडने त्याची तंद्री भंग पावली. त्याने मोबाईल उचलून पाहिला. फेसबुकवर एक नवी फ्रेंड रिक्वेस्ट आली होती. साहजिक कुतुहलाने त्याने रिक्वेस्ट पाठवणाऱ्या व्यक्तीचा प्रोफाइल उघडून पाहिला. "wow ! beautiful !!" प्रोफाइल वरचा फोटो पाहताच त्याच्या तोंडून सहजोद्गार निघाले. लगेच त्याने फ्रेंड रिक्वेस्ट स्वीकारली आणि फेसबुक मेसेंजरवरून मेसेज पाठवला. "Hi ! thanks for the request. You are very beautiful. what's the meaning of your name ? Neha ?"

मेसेंजरचा नोटिफिकेशन साऊंड ऐकताच नेहाने मेसेज बॉक्स उघडला. क्रिशचे प्रोफाईल पाहून आणि मेसेज वाचून ती रोमांचित झाली. आयुष्यात प्रथमच कोणीतरी, त्यातही एका हॅण्डसम फॉरेनर मुलाने तिची स्तुती केली होती. नेहा हरखून गेली. लगेच तिने त्याला रिप्लाय केले. "Hi ! thanks. Meaning of my name is Love." यानंतर त्या दोघांनी जवळपास अर्धा तास चॅटिंग केले. क्रिशने तिला स्वतःबद्दल

बरंच काही सांगितलं. सिडनीमध्ये तो इंटरनॅशनल फायनान्स या विषयात ग्रॅज्युएशन करत होता. त्याच्या वडिलांची सुपरशॉप्सची चेन होती. त्याची आई भारतीय असून मुंबईतील होती. बावीस वर्षांपूर्वी ती ऑस्ट्रेलियात शिक्षणासाठी आली असताना क्रिशच्या वडिलांशी तिची भेट झाली आणि त्यांनी लग्न केले. दोन वर्षांनी क्रिशचा जन्म झाला. क्रिश हा त्याच्या आई वडिलांचा एकुलता मुलगा होता. त्याला त्याच्या आईची जन्मभूमी मुंबईत एकदा भेट देण्याची इच्छा होती.

नेहाने तिचे आई वडील डॉक्टर असल्याचे क्रिशला खोटेच सांगितले. क्रिश सोबत चॅटिंग केल्यापासून नेहा जणू काही हवेत तरंगत होती. तिला या सगळ्याचे खूपच अप्रूप वाटत होते. एक प्रकारच्या आभासी जगात ती विहरत होती. त्यानंतर रोजच किमान एकदा ती दोघं फेसबुक मेसेंजरवर भेटू लागली. त्यांनी एकमेकांचे मोबाइल नंबर घेतले. क्वचित कधितरी क्रिश तिला फोन कॉल सुद्धा करायचा. अशातच क्रिशने तिच्यावरच्या त्याच्या प्रेमाची कबुली दिली. नेहाला आभाळ कवेत आल्यासारखे वाटू लागले. तिला जणू स्वर्ग दोन बोटे उरला. क्रिशने नेहाला तिचे अजून काही फोटो पाठवायला सांगितले. तिने ऐश्वर्याचे काही काळापूर्वीचे फोटो इंटरनेट वर शोधून त्याला पाठवले.

हे आभासी जगच तिला खरे वाटू लागले. तिच्या मनात कायम क्रिशचेच विचार असायचे. हळू हळू अभ्यासातील तिचे लक्ष उडाले. घरातील कामात आईला मदत करताना छोट्या छोट्या चुका होऊ लागल्या. कधीतरी तिला वाटे की क्रिशला सगळं खरं सांगून टाकावं आणि आपला खरा फोटो सुद्धा पाठवून द्यावा. पण एकदा चॅटिंग करताना तिने क्रिशला विचारले, "which quality of mine impresses you the most ?" क्रिशने लगेच उत्तर दिले , "Your divine beauty.."

हे ऐकल्यावर तिने त्याला खरं सांगायचा विचारही सोडून दिला. या मृगजळा पासून दूर जाण्याची तिची इच्छा नव्हती. ती या सगळ्यांत अधिकच गुंतत चालली होती.

डिसेंबर महिन्यातील शेवटचा आठवडा होता. आज नेहाला थोडी कणकण असल्याने ती कॉलेजला न जाता घरी आराम करत होती.

दुपारचे तीन वाजले होते. तिने मोबाइलवर मेसेंजर उघडून पाहिले क्रिश ऑफलाइन होता. तिच्या लक्षात आले, ऑस्ट्रेलियात आता रात्रीचे साडेआठ वाजले असणार आणि क्रिश सॅटर्डे नाईटआऊटसाठी बाहेर असणार. तिने सहज जीमेल बॉक्स उघडला. त्यात क्रिशने काही तासांपूर्वी पाठवलेले मेल दिसत होते. अधीरतेने तिने मेल वाचायला सुरुवात केली.

Dearest Neha,

Here is a big surprise for you. I am coming to Mumbai on Friday, 29th December. I am eager to meet the most beautiful girl in the world.

पुढे त्याने त्याच्या फ्लाइटचे आणि हॉटेल बुकिंगचे डिटेल्स दिले होते आणि नेहा त्याला मुंबईत आल्याबरोबर एअरपोर्टबाहेर दिसावी अशी अपेक्षा व्यक्त केली होती. क्रिशची ममा जरी मुंबईतील होती तरी ऑस्ट्रेलियन माणसाशी लग्न केल्यामुळे तिच्या कुटुंबियांनी तिच्याशी काही संबंध ठेवले नव्हते. त्यामुळे क्रिश हॉटेलमध्ये राहणार होता. भारतात खास करून मुंबईला भेट देण्याची त्याची इच्छा माहित असल्याने त्याच्या ममा डॅडकडून त्याला सहज संमती मिळाली होती.

ईमेल वाचताना नेहाचे हात थरथरत होते. घशाला कोरड पडली होती. कशीतरी उठून माठाजवळ जाऊन ती दोन तीन ग्लास पाणी प्यायली. काहीतरी मौल्यवान असे हातातून निसटून चालले आहे या वैफल्याने आणि खोटेपणाच्या दडपणाने ती खूप अस्वस्थ झाली. तिने क्रिश च्या मेलला काही उत्तर न देता, त्याला कुठलाही मेसेज न पाठवता मोबाईल स्विचऑफ करून कपाटाच्या आतल्या खणात ठेवून दिला आणि घरात अस्वस्थपणे येरझारा घालत विचार करू लागली, 'आपलं खरं रंगरूप, परिस्थिती क्रिशला समजल्यावर त्याची प्रतिक्रिया काय असेल ? तो नक्कीच आपला तिरस्कार करेल. कदाचित आपल्या घरच्यांना भेटून आपला खोटेपणा उघडकीस आणेल. अरे देवा !! हे काय होऊन बसलं ? त्याला आपण मुंबईच्या बाहेर जातो आहोत असं खोटं सांगूयात का ? पण त्याचा काय उपयोग ? कधी ना कधी तो इथे येणारच.' खूप विचारांती नेहाने त्याच्याशी पूर्णपणे संपर्क थांबवण्याचे पक्के ठरवले.

अगतिकतेने तिचे डोळे भरून आले.

******

सहार एअरपोर्टच्या सर्व्हिस काउंटरवर आपले ई-टुरिस्ट व्हिसा डॉक्युमेंट दाखवून बाकी औपचारिकता पूर्ण करून क्रिश बाहेर आला आणि उत्सुकतेने नेहा कुठे दिसते का ? ते पाहू लागला. चार दिवसांपासून नेहाने त्याच्या मेसेजेस, ईमेल आणि फोन कॉल्सला उत्तर दिले नव्हते. त्यामुळे त्याला तिची काळजी वाटत होती. ती बरी असेल ना? कि तिचा मोबाइल हरवला असेल? अशा अनेक शंका त्याच्या मनात येत होत्या. काही झाले तरी मुंबईत येऊन नेहाला भेटण्याचे त्याने नक्की ठरवले होते. बराच वेळ तिची वाट पाहून, तिला पुन्हा पुन्हा कॉल करूनही काही उत्तर येत नव्हते. कंटाळून क्रिश टॅक्सी करून, इंटरनेट वरून बुक केलेल्या, हॉटेलच्या रूमवर आला. साडे चौदा तासांच्या प्रवासाने तो खरं तर दमला होता. त्याला जेटलॅग ही जाणवत होता. फ्रेश होऊन त्याने थोडी झोप घेण्याचे ठरवले. दोन तास झोपून उठल्यावर त्याने नेहाला परत कॉल केला. यावेळेस दोन तीनदा रिंग वाजून कॉल डिस्कनेक्ट झाला. परत कॉल केल्यावर मोबाइल स्विच ऑफ असल्याचा ऑपरेटरचा मेसेज आला. नेहाशी कसा संपर्क साधावा ? हे त्याला कळत नव्हते. त्याच्या जवळ तिच्या घराचा किंवा कॉलेजचा पोस्टल ऍड्रेस सुद्धा नव्हता. आता क्रिशला नेहाचा संशय येऊ लागला. त्याला स्वतःच्या मूर्खपणाची चीड आली. गुगलवर 'नेहा शर्मा मुंबई' असे टाकून त्याने तिच्या बद्दलची माहिती शोधायला सुरुवात केली. पण त्याला तिच्या फेसबुक प्रोफाइल शिवाय तिच्या माहितीशी जुळणारं असं काही मिळालं नाही. नेहाने तिच्या खोलीतून समुद्र दिसतो असे सांगितल्याचे त्याला आठवले, म्हणून त्याने बीचेसच्या आजूबाजूच्या रहिवासी भागात टॅक्सीतून फिरून तिला शोधण्याचा प्रयत्न केला. पण ती त्याला सापडणं शक्यच नव्हतं. तेथील काही लोकांना त्याने तिचा मोबाईलवरील फोटो दाखवून ही मुलगी कुठे राहते ? असं विचारल्यावर ती लोकं त्याच्याकडे विचित्र नजरेने पाहू लागली. त्यातील एकाने त्याला सांगितले, की ही बॉलिवूड फिल्म इंडस्ट्रीतील सुप्रसिद्ध अभिनेत्री ऐश्वर्या आहे. ते ऐकून क्रिशला प्रचंड धक्का बसला.

नेहाने आपल्याला मुर्ख बनवले अशी त्याची खात्री पटली. त्याने मुंबई पोलीस सायबर सेलची मदत घेण्याचे ठरवले. त्याप्रमाणे त्याने सायबर सेलला ऑनलाइन कम्प्लेंट दिली. कम्प्लेंट देऊन दोन दिवस झाले तरीही त्याला सायबर सेल वरून कुठलाही रिप्लाय आला नव्हता.

त्याच्या डॅडने त्याला काही मदत लागली तर संपर्क करता यावा यासाठी मुंबईतील ऑस्ट्रेलियन कॉन्सुलेट मधील आपल्या एका मित्राचा कॉन्टॅक्ट नंबर दिला होता. त्याच्या ममानेही तिच्या एका मुंबईतील मैत्रिणीचा फोन नंबर आणि पत्ता त्याला दिला होता. त्या दोघांनाही फोन करून त्याने सगळं सविस्तर सांगितलं. त्याचे मुंबईत येण्याचे प्रयोजनही सांगितले. दोघांनीही त्याला मदत करण्याचे आश्वासन दिले. त्याच्या आईची मैत्रीण, त्याच्यासोबत मुंबईतील बीकेसी रोड वरिल सायबर सेल पोलिस स्टेशनमध्ये आली. तेथील सायबर सिक्युरिटी एक्सपर्ट ने क्रिशच्या मोबाइलवर मेसेंजर थ्रू येणारे मेसेजेस तपासले. मेसेजेस ज्या डिव्हाइसवरून आले होते त्याचे लोकेशन बांद्र्याच्या आसपासचे दिसत होते. पण आता ते डिव्हाइस वापरात नसावे असे वाटत होते. त्याच्या डॅडच्या ऑस्ट्रेलियन कॉन्सुलेट मधील मित्राने आपली ओळख वापरून पोलिसांना ते ठिकाण शोधून काढण्याची विनंती केली. पुढच्या तीन चार दिवसांत पोलिसांनी मोबाइल चे कॉल डिटेल्स वापरून, प्रयत्नांची पराकाष्ठा करून नेहाचा पत्ता शोधून काढला. नेहाला तिच्या आई वडिलांबरोबर पोलिस स्टेशनमध्ये बोलवण्यात आले. नेहाला पाहून क्रिश आश्चर्य चकित झाला. इतकी सर्वसामान्य मुलगी अशी फसवणूक करेल यावर त्याचा विश्वास बसत नव्हता. सर्व प्रकार कळल्यावर नेहाचे वडील डोक्याला हात लावून खुर्चीत कोसळले. तिची आई रडायला लागली. नेहाच्या डोळ्यातून अश्रू वाहत होते. ती मान खाली घालून उभी होती. आज ती कोणाशीही नजर मिळवू शकत नव्हती. धरणीने दुभंगून आपल्याला पोटात घ्यावं असं तिला वाटत होतं.

क्रिश बरोबर आलेली त्याच्या आईची मैत्रीण नेहावर खूप संतापली होती. "काय केलंस तू हे ?? एका मुलाच्या आयुष्याशी खेळताना तुला लाज कशी नाही वाटली?" क्रिश नेहा जवळ जाऊन पाणावलेल्या

डोळ्यांनी एवढंच म्हणाला, "You cheated me. you badly played with my emotions. but please don't do this again to anybody."

पोलिसांनी नेहाच्या वडिलांना सांगितले की क्रिशने नेहाविरुद्ध कम्प्लेंट फाइल केल्यास तिला १ ते ३ वर्षांची शिक्षा आणि पंचवीस ते पन्नास हजारांपर्यंत दंड होऊ शकतो. पण क्रिशचा टुरिस्ट व्हिसा तीसच दिवसांचा असल्याने आणि तसेही त्याला आता इथे जास्त दिवस थांबण्याची इच्छा नसल्याने त्याने नेहा विरुद्ध कंप्लेंट दिली नाही. पोलिसांनी नेहाला समज देऊन सोडून दिले.

******

आज दहा दिवसांनी क्रिश मुंबईहून सिडनीला जड मनाने, एक दुस्वप्न सोबत घेउन निघाला होता. पुन्हा कधीही परत न येण्यासाठी.

{कलम 66 D, आयटी ॲक्ट, 2000 - कोणत्याही कम्युनिकेशन डिव्हाइस किंवा कॉम्प्युटर रिसोर्सच्या माध्यमातून व्यक्तीने फसवणूक केल्यास त्याला तीन वर्षांपर्यंत कारावास आणि एक लाख रुपयांपर्यंत दंड होऊ शकतो.}

3

कॉमेंट

सुमारे पाचेक वर्षांपूर्वीची गोष्ट. एका मोठ्या, लोकप्रिय नेत्याचे निधन झाल्याने अवघी मुम्बई शोकसागरात बुडाली होती. त्यावेळची. . .
*****

फाटकाची कडी वाजल्याचा आवाज आला तसे प्राजक्ताने हातातले पुस्तक बाजूला ठेवून बाहेर धाव घेतली. तिच्या अपेक्षेप्रमाणे पोस्टमन तिच्या नावाचे टपाल घेउन आला होता. तिने ते पाकिट हातात घेउन उघडले आणि अधीरतेने

वाचू लागली. मुंबईत दादरमधील बालमोहन विद्या मंदिर या शाळेत संगणक विभाग प्रमुख पदासाठी तिने अर्ज केला होता. त्याचा तो इंटरव्ह्यू कॉल होता.

लातूरमधील १९९३ च्या भीषण भूकंपात आई वडिलांना गमावलेल्या पाच वर्षांच्या प्राजक्ताला तिचे काका कायमसाठी मालवण ला घेउन आले. काका-काकूला मूलबाळ नसल्याने प्राजक्ता त्यांची खूप लाडकी होती. प्राजक्ताचे मिलिंद काका आणि मालती काकू दोघेही चिपळूणमधील प्रसिद्ध डॉक्टर होते. हुशार आणि मेहनती प्राजक्ताने चिपळूणमधील एका कॉलेजमधून एमसीए पूर्ण केले होते. वेळ जाण्यासाठी तेथील एका संगणक संस्थेत तिने शिक्षिकेची नोकरी धरली होती. पण उत्तम प्रोग्रॅमिंग येत असलेल्या प्राजक्ताचे मन त्या नोकरीत रमत नव्हते. तिला मोठ्या शहरात जाऊन सॉफ्टवेअर डेव्हलपरचे काम

करायचे होते. म्हणून काही दिवसांपूर्वी वर्तमानपत्रात 'पाहिजेत' या शीर्षकाखाली आलेल्या या नोकरीची जाहिरात पाहून तिने अर्ज केला होता. त्याचा तो इंटरव्ह्यू कॉल होता. येत्या सोमवारीच तिचा इंटरव्ह्यू होता. प्राजक्ताने मुंबईला जाण्याची तयारी सुरू केली.
रविवारी सकाळी अकराच्या बसने ती मुंबईला निघाली.
तिच्या काकूची मैत्रीण दादर बसस्टँडवर तिला घ्यायला येणार होती. पावणेसहाला बस मुंबईत आली. पण हे काय . . . जागोजागी रस्ते माणसांनी फुलले होते. पोलिसांनी बॅरिकेड्स लावून रस्ते वाहनांसाठी बंद केले होते. त्या महान नेत्याची अंत्ययात्रा त्या मार्गाने जाणार असल्याने हा बंदोबस्त केला होता. दादर बसस्टँड तर सोडाच, बस थोडीदेखील पुढे जाऊ शकत नव्हती. पोलिसांनी बस तेथेच थांबवली. बाकीची वाहने देखील तिथे थांबून होती. चौकशी केल्यावर प्राजक्ताला कळले की ही गर्दी त्या नेत्याचे अंत्यसंस्कार झाल्याशिवाय म्हणजे जवळजवळ रात्री पर्यंत ओसरणार नव्हती. काय करावे तिला कळत नव्हते. फार वेळ तिथे असे थांबता येणार नव्हते. आपल्या मोबाईलवरून काकूच्या मैत्रिणीला तिने फोन लावला. पण त्यांनीही तिला तिथे घ्यायला येण्यास असमर्थता दाखवली. उलट गर्दीत किंवा चेंगराचेंगरीत अडकू नये म्हणून त्यांनी तिला मालवणला परत जाण्याचा सल्ला दिला. खूप विचार करून शेवटी इतर काही प्रवाशांबरोबर तिने परत मालवणला जायचे ठरवले. तिचा खूप विरस झाला. एवढी चांगली नोकरी हातची गेली होती. निराशेने ती परत मालवणला येण्यासाठी टॅक्सीत बसली. घरी परत यायला तिला खूप रात्र झाली. सगळी हकीकत थोडक्यात काका-काकू ला सांगून, थकून ती झोपायला गेली.
सकाळी तिला बिलकुल उठवले जात नव्हते. खूप थकल्यासारखे वाटत होते. कसेबसे उठून, आवरून तिने लॅपटॉप सुरू केला आणि फेसबुकवर लॉगइन केले.

इतरांच्या पोस्टस् वाचत असताना तिचे लक्ष कुणीतरी शेअर केलेल्या त्या नेत्याच्या अंतिम यात्रेच्या फोटोकडे गेले. त्या फोटोवरील कमेंट्स ती वाचू लागली. बऱ्याच लोकांनी त्या नेत्याच्या मृत्यूबद्दल हळहळ व्यक्त करून त्यांना श्रद्धांजली वाहिली होती. तिला कालचा

प्रसंग आठवला आणि या गर्दीमुळे आपण इंटरव्ह्यूला मुकलो हे आठवून तिला विषाद वाटला. त्या तिरीमिरीतच तिने कमेंट टाकले, "एका माणसाचा मृत्यू झाल्यास, मग तो कितीही मोठा असला तरी, त्याच्या अंत्ययात्रेसाठी रस्त्यावर लोकांनी एवढी गर्दी करून, रस्ते बंद करून, सामान्य जनतेला वेठीस धरणे कितपत योग्य आहे ?? मी या गोष्टीचा निषेध करते." तिची कमेंट पोस्ट झाल्याबरोबर तिला भलंबुरं ठरवणाऱ्या, धमकी आणि शिवीगाळ करणाऱ्या कमेंट्स एकामागोमाग एक पोस्ट होऊ लागल्या. वैतागून तीने लॅपटॉप बंद केला आणि पुस्तक वाचायला घेतले.

प्राजक्ताच्या काकांचे हॉस्पिटल त्यांच्या इमारतीच्या पहिल्या मजल्यावर होते आणि वरच्या मजल्यावर त्यांचा रहिवास होता. दुपारचे जेवण झाल्यावर प्राजक्ता आणि तिची काकू बोलत बसल्या असताना अचानक बऱ्याच लोकांचा जोरजोरात ओरडण्याचा आवाज ऐकू येऊ लागला. काय झाले पाहायला दोघी गॅलरीत आल्या. तीन-चारशे लोकांचा जमाव त्यांच्या हॉस्पिटलच्या दिशेने येत होता. त्यांच्या हातात हॉकीस्टीकस्, क्रिकेट बॅटस्, काठ्या वगैरे होत्या. काही लोकांच्या हातात मोठे दगड होते. ती लोक जोर जोरात ओरडत, शिवीगाळ करत होते. त्यातील काही लोकांनी पुढे होऊन हॉस्पिटलचे प्रवेशदार गाठले होते आणि आत येऊन दिसेल ते सामान मोडतोड करून बाहेर फेकत होते. खिडक्यांच्या काचा दगड मारून फोडत होते. तिचे काका गडबड ऐकून हॉस्पिटलमध्ये जाण्यासाठी पायऱ्या उतरू लागले.

प्राजक्ता आणि तिची काकू सुद्धा धावत जिन्याकडे आल्या. पण काकांनी त्यांना हाताने तिथेच थांबवले. जमाव खूप संतापला होता. हिंसक, आक्रमक झाला होता. प्रतिकार करणाऱ्या हॉस्पिटलच्या स्टाफपैकी एकादोघांना डोक्यात हॉकीस्टिक मारून त्यांच्यातील काही लोकांनी जखमी केले होते. काय होते आहे, हे प्राजक्ताला आणि तिच्या काका काकूंना कळत नव्हते. ते हतबल होऊन जीन्यात उभे राहून सगळा गोंधळ पाहत होते. मिलिंद काका पुढे झाले आणि त्यांनी हिंसक

जमावाला सामोरे जात, त्यांच्या अशा तर्हेने चाल करून येण्याचे कारण विचारले. "कारण काय विचारता डॉक्टर ? या तुमच्या पोरीने आमच्या देवासमान नेत्याला फेसबुकवर शिव्या दिल्या विचारा तिला." त्यांचे बोलणे ऐकून प्राजक्ताच्या डोक्यात एकदम प्रकाश पडला. रागात टाकलेल्या कमेंट चा तिला पस्तावा झाला. पण आता काही उपयोग नव्हता. जमाव काही ऐकायच्या मनस्थितीत नव्हता. हॉस्पिटलचे खूप नुकसान झाले होते. स्टाफमधील काहीजण आणि दोन तीन पेशंट सुद्धा जखमी झाले होते. जमावातील दोघे तिघे काका काकू आणि प्राजक्ताच्या दिशेने हॉकीस्टिक उगारत धावून आले. त्यांच्यापैकी एका वयस्कर माणसाने त्यांना आवरले आणि तो मिलिंद काकांना म्हणाला, "डॉक्टर तुम्ही देव माणूस, आमची इतकी वर्षं इमाने इतबारे सेवा केली. पण तुमच्या पुतणीने सगळ्यावर पाणी फिरवले. तुम्ही लवकरात लवकर हे गाव सोडून निघून जा, नाहीतर ही लोक तुम्हाला जिवंत सोडणार नाहीत."

त्या दिवसानंतर प्राजक्ता आणि काका काकूंना घराबाहेर पडणे कठीण झाले. रात्री-बेरात्री त्यांना धमकीचे फोन येऊ लागले. परिस्थिती दिवसेंदिवस चिघळत चालली होती. असं वाटत होतं की, फेसबुकवरच्या पोस्टच्या रागाच्या आड काही हितशत्रू आपला दावा साधून प्राजक्ताच्या कुटुंबियांना गाव सोडायला भाग पाडत होते. शेवटी या प्रकाराला कंटाळून काका-काकू आणि प्राजक्ता ने मालवण सोडून बंगलोर ला स्थायिक होण्याचा निर्णय घेतला. बंगलोरला मालती काकूच्या भावाचे मोठे मल्टीस्पेशालीटी हॉस्पिटल होते, तिथे दोघांनी रुजू होण्याचे ठरले. इतक्या वर्षांचे मालवणमधले वास्तव्य आणि जम बसलेली प्रॅक्टीस सोडून जाणे दोघांना फार जीवावर आले होते. पण करणार काय??

*****

प्राजक्ता आणि तिचे काका काकू आज बंगलोरला निघाले होते. मालवण सोडून कायमसाठी. फेसबुकवर रागात पोस्ट केलेल्या एका कमेंटने त्या सर्वांचे आयुष्य पूर्णपणे बदलून गेले होते.

4

रेड ईगल

स्कूल बसमधून उतरून निमिष आपल्या बंगल्याचे फाटक उघडून आत आला. प्रवेशद्‌वारापाशी येऊन त्याने डोअर बेल दाबली. लीलाबाईंनी दार उघडताच त्याचा चेहरा उतरला. निमिषला नेहमी वाटे, आपण शाळेतून आल्यावर मम्मीने हसतमुखाने दार उघडावे, आपली विचारपूस करावी, प्रेमाने खाऊपिऊ घालावे. पण असं क्वचितच घडत असे. आजी होती तेव्हा ती त्याच्या परत येण्याच्या वेळेस आवर्जून लॉनमधल्या खुर्चीत बसून त्याची वाट बघत असे. लीलाबाईंना सांगून त्याच्या आवडीचे पदार्थ बनवून घेत असे. पण आठ महिन्यांपूर्वीच, चार दिवसांच्या तापाचं निमित्त होऊन आजी गेली. तेव्हापासून तो खूप एकटेपण अनुभवत होता. पप्पा कायम बिझनेस टूरवर आणि मम्मी किटी पार्टी आणि क्लबमध्ये व्यस्त असे. कधीतरी दोघेही घरी असले की त्यांची एकमेकांशी चाललेली धुसफूस, भांडणं... निमिषला अगदी नकोसे व्हायचे. शाळा, क्लासेस यांत दिवसाचे आठ दहा तास निघून जात. पण घरी आल्यावर रिकामे घर त्याला खायला उठे. लीलाबाई सर्व आटोपून संध्याकाळी घरी निघून जात असत. तीन दिवसांपूर्वीच निमीष चा तेरावा वाढदिवस मम्मी पप्पांनी खूप थाटात साजरा केला होता. पप्पांच्या बिझनेस संबंधांतील लोक, मम्मीच्या मैत्रिणी आणि निमीषचे काही मित्र आमंत्रित होते. पप्पांनी त्याला महागडा स्मार्टफोन गिफ्ट केला होता. घरी एकटा असताना हा स्मार्टफोनच त्याचा सोबती झाला

होता.

*****

फ्रेश होऊन, कपडे बदलून, लीलाबाईंनी केलेले कटलेट खात एका हाताने निमीष त्याच्या स्मार्टफोनवरील WhatsApp मेसेजेस चेक करू लागला. त्याच्या शाळेतील दोन वर्षे पुढे असणाऱ्या त्याच्या मित्राने कसलीतरी लिंक पाठवली होती. लिंकच्या खाली "Get rid of boring life...Have thrill with this super game..." असे लिहिले होते. उत्सुकतेने निमिषने त्या लिंकवर जाऊन तो गेम डाऊनलोड केला. रेड ईगल. . ."Welcome to the super thriller game ..." लाल रंगाच्या बॅकग्राऊंड वर अक्षरं झळकली. "Are you ready for your first task??" त्यापुढे प्रश्न आला. प्रश्नाच्या खाली दोन बटन्स दिसत होती. YES आणि NO असे लिहिलेली. क्षणाचाही विलंब न करता निमिषने YES बटन दाबले. "तुमची पहिली टास्क तुम्हाला रात्री अकरा वाजता दिली जाईल." मोबाइल फोनवर मेसेज आला. निमिष आतुरतेने अकरा कधी वाजतात याची वाट पाहत मोबाइल हातात घेऊन बसला. बरोबर अकरा वाजता त्याला पहिल्या टास्कचा मेसेज रेड ईगल App वर आला. "तुमच्या प्रिय व्यक्तीची एखादी मौल्यवान वस्तू लपवून ठेवा आणि त्यांची प्रतिक्रिया येथे नोंदवा." निमीषच्या डोक्यात एक आयडिया लक्कन चमकली. थोड्या वेळापूर्वीच त्याची मम्मी घरी येऊन तिच्या बेडरूममध्ये गेली होती. तो हळूच तिच्या बेडरूममध्ये आला. मम्मी गाढ झोपली होती. तिच्या उशाशी असलेल्या साइड टेबलवर तिचा भारी आयफोन चार्जिंगला लावून ठेवला होता. निमिषने पटकन तो फोन उचलला आणि आपल्या खोलीत येउन दप्तरात लपवला. दुसऱ्या दिवशी सकाळी त्याला मम्मीच्या आवाजाने जाग आली. तिची आदळआपट, आरडाओरडा पाहून त्याला गंमत वाटून हसायला येत होते. त्याची मम्मी मोबाईल मिळत नव्हता म्हणून सैरभैर झाली होती. ड्रायव्हर, वॉचमन या सर्वांवर आगपाखड करत होती. निमिष सुद्धा मम्मीचा मोबाइल शोधायचे नाटक करत होता.

बऱ्याच वेळाने निमिषने मोबाइल दप्तरातून काढून डायनिंग टेबलवरील मॅटखाली ठेवून दिला आणि मम्मीला हाक मारत म्हणाला. "अगं! हा बघ तुझा फोन . ." धावत येऊन तिने फोन त्याच्या हातून घेतला आणि प्रेमाने त्याच्या केसातून हात फिरवत म्हणाली. "थँक्स अ लॉट माय बेबी !!". निमीषला या सगळ्या प्रकारात खूप मजा येत होती. उत्साहाने या टास्क वरची प्रतिक्रिया रेड इगलला पाठवून तो शाळेच्या तयारीला लागला. आता निमिषला रेड इगलने कुठली नवी टास्क दिली आहे का ? हे बघायला मोबाइल फोन चेक करायची सवयच लागली. दोनच दिवसांत त्याला दुसरी टास्क मिळाली. या टास्कनुसार त्याला घरातील एखादी किमती, भारी वस्तू खराब करायची होती. जेणेकरून ती वापरण्यायोग्य राहणार नाही. "कुठली वस्तू खराब करावी ??" निमीष विचार करू लागला. त्याला जास्त विचार करावा लागला नाही. शाळेतून आल्यावर त्याने आपल्या खोलीत जाउन क्रिकेट बॅट घेतली आणि हॉलमध्ये येउन ५५ इंचाच्या टीव्ही स्क्रिनवर पूर्ण शक्तिनिशी दोनतीनदा मारली. टीव्हीला २-३ मोठे तडे पडले. त्याने टीव्ही चालू करून पाहिला, आवाज येत होता मात्र चित्र दिसत नव्हते. आता तो मम्मी घरी येण्याची वाट पाहू लागला. मम्मी आल्यावर धावत जाउन त्याने सांगितले कि, तो क्रिकेट प्रॅक्टीस करत असताना टीव्हीला बॅट लागून टिव्ही फुटला. मम्मीने त्याला जवळ घेउन समजूत काढली आणि उद्याच नवा टीव्ही आणण्याचे कबूल केले. मम्मीच्या प्रतिक्रियेने निमीष मनातून खट्टू झाला. मम्मी नाराज झाली असती. त्याला रागावली असती तर त्याला जास्त बरे वाटले असते. दुसऱ्या टास्कची प्रतिक्रिया नोंदवण्यासाठी त्याने मोबाइल फोन हातात घेतला.

रेड ईगल ॲडमिनकडून त्याला अभिनंदनपर मेसेज आला. लगेचच दुसऱ्या दिवशी त्याला तिसरी टास्क देण्यात आली. या टास्कनुसार निमीष ला स्वतःच्या हातावर रेड इगलचे चित्र पेनने रेखाटायचे होते आणि त्यावर ब्लेडने कट मारून त्याच्या पंखातून रक्त ठिबकत आहे, असे दाखवायचे होते. चित्र काढल्यावर त्याचा फोटो काढून त्याला रेड ईगल App वर पोस्ट करायचा होता. ही टास्क पूर्ण करताना वेदनांची

सवय नसलेल्या निमिषला ब्लेडचा कट मारताना थोडा त्रास झाला. पण टास्क पूर्ण झाल्याचे त्याला समाधान वाटत होते.

आता निमीष रेड ईगल गेमच्या पूर्णपणे आहारी गेला होता. त्याला शाळेला, क्लासला जाणे, अभ्यास करणे कंटाळवाणे वाटू लागले. मधून-मधून काहीतरी कारण काढून तो शाळा, क्लासेस बुडवू लागला. रेड ईगल कडून आलेल्या चौथ्या टास्कनुसार त्याला अत्यंत जीवलग असलेल्या माणूस किंवा प्राण्याला इजा करायची होती. मात्र ही टास्क पूर्ण करण्याचे त्याच्या जिवावर आले होते. दोन दिवस त्याने रेड ईगल App उघडलेच नाही. तिसऱ्या दिवशी App उघडल्यावर त्याला भीतीयुक्त आश्चर्याचा धक्का बसला. त्याच्या मोबाइल मधे असलेले त्याचे वेगवेगळे फोटो आक्षेपार्ह रितीने मॉर्फ करून त्यालाच पोस्ट केले होते. त्याच बरोबर त्याची पूर्ण माहिती त्याच्या पत्त्या सहीत लिहून फोटोंबरोबर सार्वजनिक करण्याची धमकी दिली होती. निमीषला रडू फुटले. आपण एका चक्रव्यूहात अडकत आहोत याची त्याला जाणीव झाली.

रडतच तो आपल्या आवडत्या लव्हबर्ड्सच्या पिंजऱ्या जवळ गेला. पिंजरा उघडून पिवळ्या रंगाचा एक सुंदर लवबर्ड बाहेर काढून त्याने मोबाइलचे व्हिडिओ शूटिंग ऑन केले आणि धीर करून त्या छोट्याशा लवबर्डची मान पिरगाळली. केविलवाणा आवाज करत तडफडत तो पक्षी त्याच्या हातून खाली निपचित पडला. या प्रकाराने निमीषला अत्यंत औदासीन्य आले. उदास मनाने त्याने तो व्हिडिओ रेड ईगलच्या App वर पोस्ट केला.

दोनच दिवसांनी रेड ईगल App कडून निमिषला एक लिंक आली. एका अत्यंत भयावह हॉरर मूव्हीची ती लिंक होती. ती मुव्ही पहाटे तीन वाजता उठून त्याला पाहायला सांगण्यात आले. निमिषला असले सिनेमे पाहायला खूप भीती वाटत असे. पण धीर करून त्याने पहाटे उठून मोबाइल फोनवर ती हॉरर मूव्ही पाहिली. शाळेतून आल्यावर घरी एकटा असताना ती हॉरर मूव्ही पाहिल्यामुळे त्याला प्रचंड भिती वाटत होती. आज तो कधी नव्हे ते मम्मीच्या येण्याची आतुरतेने वाट पहात होता. आता त्याला रेड ईगल गेमची प्रचंड भीती वाटत होती. त्याला सारखे वाटत होते, आपण ती लिंक डाऊनलोड करून तो गेम सुरू करायलाच

नको होता. रेड ईगल App ने दिलेल्या पुढच्या काही टास्क आधीच्या टास्कस् च्या तुलनेत काही प्रमाणात सोप्या होत्या. जसे तळपायावर रेड ईगलचे चित्र रेखाटणे , रेड ईगल App ने पाठवलेले बीभत्स चित्र पाहून त्यावर स्लोगन देणे वगैरे. या काही टास्क पूर्ण केल्यानंतर रेड ईगल App कडून निमिषला मेसेज आला, "दोन दिवसांनी तुम्हाला तुमची शेवटची टास्क देण्यात येईल. त्यासाठी तयार रहा."

आता आपल्याला शेवटची टास्क कुठली दिली जाणार?? या विचाराने निमिषला धाकधूक वाटू लागली. दोन दिवस तो त्याच गोष्टीचा विचार करत होता. शेवटी रेड ईगल App वरून त्याला मेसेज आला, "ही तुमची शेवटची टास्क आहे. ही टास्क पूर्ण केल्यानंतर हा गेम तुम्ही जिंकणार आहात. मात्र काही कारणाने ही टास्क पूर्ण करू शकत नसाल तर परिणामांसाठी तयार राहा. तुमच्या फोटोंसहीत तुमची सर्व खासगी माहिती सार्वजनिक करण्यात येईल. त्यानंतर तुम्ही कधीही शाळेत जाऊ शकणार नाही किंवा कोणा मित्रांबरोबर राहू शकणार नाही... आता पायऱ्या चढून तुम्ही तुमच्या घराच्या सर्वात वरच्या मजल्यावर जा. तेथील कठड्यावर उभे राहा. कुठलीही भीती बाळगू नका. डोळे मिटा आणि स्वतःला खाली झोकून द्या. लवकर कामाला लागा. वेळ घालवू नका."

हे वाचून निमीष हिप्नोटाईज झाल्याप्रमाणे आपल्या घराच्या चौथ्या मजल्यावरील गच्चीवर जाण्यासाठी पायऱ्या चढू लागला. गच्चीवर आल्यावर झपाटल्याप्रमाणे तो कठड्यावर चढणार, एवढ्यात त्याला पप्पांच्या कारचा हॉर्न ऐकू आला आणि पाठोपाठ कार घराकडे येताना दिसली. आज जवळजवळ वीस पंचवीस दिवसांनी त्याचे पप्पा बिझनेस टूरवरून घरी येत होते. कारमध्ये मागे बसलेले पप्पा पाहताच त्याला काय वाटलं कुणास ठाऊक, तो परत फिरून पायऱ्यां वरून खाली उतरून बंगल्याच्या प्रवेशद्वारापाशी आला. दार उघडून पप्पा घरात आल्याबरोबर त्यांना बिलगून तो ओक्साबोक्शी रडू लागला. पप्पांनी त्याला शांत केले. त्याला विश्वासात घेऊन बोलते केले. पप्पांना त्याने काहीही न लपवता रेड ईगल ची लिंक इंस्टॉल केल्यापासूनची सगळी

हकीकत सांगितली.

पप्पांनी त्याला समजावले. धीर दिला. "अशी कोणीही कोणाची खासगी माहिती सार्वजनिक करू शकत नाही. तू घाबरु नकोस. मी आणि तुझी मम्मी तुझ्या पाठीशी आहोत. आज तू हे काय करायला निघाला होतास? आम्हाला किती दुःख झाले असते याचा तू विचार केला आहेस का? याआधीच तू हे सगळं आम्हाला सांगायला हवे होतेस. जाऊ दे. सगळं विसर आणि अभ्यासात लक्ष दे. आपले छंद जोपास. मित्रांबरोबर खेळायला जात जा. मोबाइलचा वापर कमीतकमी कर. "

हे ऐकल्याबरोबर निमिषने पटकन मोबाइल आपल्या खिशातून काढून पप्पांजवळ दिला. "पप्पा, मला मोबाइल नको. तुमच्याजवळ ठेवा. जेव्हा मी कॉलेजमध्ये जाईन तेव्हाच मोबाइल वापरीन तेही फक्त कामासाठीच."

एवढ्यात निमीष ची मम्मी घरी आली. सर्व हकिकत ऐकून तिला खूप रडू आले. "माझे दुर्लक्ष झाल्यामुळे आज मी माझ्या एकुलत्या मुलाला गमावून बसले असते." निमीष च्या पप्पांनी रेड ईगल App आणि त्याच्या ॲडमिन विरोधात सायबर सेलला रीतसर कम्प्लेंट नोंदवली. जगभरातून अशा कंप्लेंटस् येऊ लागल्याने सर्व पोलीस यंत्रणा कामाला लागली आणि त्यांनी रशियातील अठरा एकोणीस वर्षांच्या मुलांच्या एका ग्रुपला हा गेम सुरू करून प्रसारित करण्याच्या गुन्ह्याखाली अटक केली.

*****

आता मात्र निमीष अभ्यास, खेळ आणि मित्र यात रमला आहे. त्याच्या मम्मीने किटी पार्टी, क्लबला जाणे कमी करून ती निमीषसोबत जास्तीतजास्त वेळ घालवते. निमिषचे पप्पा वेळ काढून दिवसातून काही वेळ निमीष सोबत संवाद साधतात.

*****

मित्रमैत्रिणींनो, आपला अमूल्य ठेवा, आपली मुलं, त्यांना डोळ्यांत तेल घालून जपा. शक्यतो त्यांना लहान, शाळकरी वयांत मोबाइल देऊ नका.

दिल्यास त्याचा योग्य वापर कसा करावा हे शिकवा. मुलं मोबाइलवर ब्ल्यू व्हेल चॅलेंज, मोमो चॅलेंज सारखे जीवघेणे खेळ तर खेळत नाहीत ना? याकडे लक्ष द्या.

{कोणत्याही इलेक्ट्रॉनिक माध्यमाद्वारे दुसऱ्या व्यक्तीचा अपमान केल्यास , चिथावणी देण्याचा प्रयत्न केल्यास किंवा त्याची शांतता प्रभावित करण्याच्या हेतूने धमकावल्यास, IPC च्या कलम 504 द्वारे, अशा गुन्ह्यात सहभागी असलेल्या व्यक्तीला दोन वर्षांपर्यंत कारावास किंवा दंड किंवा दोन्ही शिक्षा होऊ शकतात.}

5

सावधान

आशाताई. . वय वर्षे सदुसष्ट. वयाच्या मानाने खूपच ॲक्टिव्ह, अलर्ट, पॉझिटिव्ह. सतरा वर्षांपूर्वी एकुलत्या मुलगा आणि सुनेचा रस्ता अपघातात झालेला अकाली मृत्यू त्यांना मुळापासून हादरवून गेला. पण पाच वर्षांच्या शाल्मली कडे पाहून त्यांनी आपले आभाळाएवढे दुःख गिळले आणि तिच्या संगोपनात स्वतःला झोकून दिले. आता शाल्मली बीटेक, एमबीए होऊन मुंबईत मल्टिनॅशनल कंपनीत मॅनेजमेंट कन्सल्टंट म्हणून काम करतेय.

WhatsApp च्या नोटिफिकेशन साउंडने आशाताई भानावर आल्या. त्यांनी हातातले पुस्तक बाजूला ठेवले आणि मोबाइल उचलला. कुठला तरी नवाच नंबर दिसत होता पण प्रोफाईल फोटो मात्र शाल्मलीचा होता.

"हाय आज्जी. ."

"अग हा कुठला नंबर आहे ?"

"मी म्हटले होते ना, ड्युएल सिम मोबाइल आहे तर जीओचे अजून एक सिम घेते. त्यावरून कॉलींग स्वस्त पडतं. त्यावरूनच तुला मेसेज करतेय. कशी आहेस?"

"मी छान आहे गं. . पण आजकाल तुझा आवाज दुर्लभ झालाय. . मला माहित आहे तुला खूप काम असतं, पण कधीतरी आजीसाठी थोडा वेळ काढावा की. . "

"हो ग एकदा हे प्रोजेक्ट संपलं ना कि मी जरा मोकळी होईन. मग नाशिकला २ -३ दिवस तुझ्याकडे येईन तेव्हा खूप गप्पा करूया. बरं ऐक ना. . मला ओनरने फ्लॅट रीकामा करायला सांगितलं आहे. मी नवी जागा बघितली आहे पण डिपॉझिट दीड लाख म्हणताहेत. आता मी तिथूनच बोलतेय. लगेचच ही जागा फायनल करावी लागेल. नाहीतर कुठे रहायचे प्रश्न आहे. माझ्याजवळ सध्या एवढे पैसे नाहीत. सॅलरीची वाट बघत बसले तर ही जागा हातची जाईल. तू दीड लाख लगेच ट्रान्सफर करतेस का? नाहीतर तुझे कार्ड डिटेल्स दे. ते वापरून ऑनलाइन पेमेंट करते मी या फ्लॅटच्या ओनरला."

"हं थांब. .कार्ड कुठे ठेवलं बरं मी. . हं आठवलं. . पर्स मधे ठेवलं होतं. .हं घे लिहून. . 4212xxxxxxxx7654. कार्डवरचे नाव आशा दीक्षित. एक्स्पायरी डेट 12/23. सीव्हीव्ही 911. एवढ्याने काम होईल ना? फ्लॅट नीट बघून घे. सर्व सोयी आहेत ना ? याची खात्री करून घे आणि डील झाल्यावर मला कळव. "

"थँक्स माय डियर आज्जी. . तुझ्या फोनवर एक ओटीपी येईल तो मला या नंबरवर लगेच फॉरवर्ड कर. मी पळते. I will catch you later....Bye !!"

शाल्मली ऑफलाइन झाली. आशाताईंनी हसून फोन खाली ठेवला. फोनवर आलेला ओटीपी त्यांनी लगेच शाल्मलीच्या नव्या नंबरवर फॉरवर्ड केला. थोड्या वेळाने त्यांना परत मेसेज आल्याचा साउंड आला. "शामुने ओनरला पैसे ट्रान्सफर केले असणार." असे मनाशी म्हणून मेसेज न पाहताच बाजूला ठेवलेले पुस्तक त्यांनी उचलले.

संध्याकाळचे साडेसहा वाजले. फिरण्यासाठी म्हणून त्या बाहेर निघणार एवढ्यात मोबाइल वाजला. त्यांनी फोन उचलला. पलीकडून शाल्मली बोलत होती.

"काय गं ! पैसे दिलेत का ओनरला? केव्हा शिफ्ट होतेय नव्या जागेत ?" त्यांनी विचारले.

"कुठली नवी जागा?? कशासंबंधी बोलतेयस तू?" शाल्मलीने गोंधळून विचारले.

"अगं मघाशी नाही का आपण WhatsApp वर बोललो?? तुझ्या नव्या नंबरवरून? तुला मी माझे कार्ड डिटेल्स दिले. तुला दीड लाख रुपये लवकरात लवकर ओनरला ट्रान्स्फर करायचे म्हणलीस नवी जागा घेण्यासाठी."

"आजी बरी आहेस ना तू? मी आज दोन दिवसांनंतर तुझ्याशी बोलतेय. आणि माझा ह्या नंबर व्यतिरिक्त दुसरा कुठलाही नंबर नाही आहे. तू कोणाला दिलेस कार्ड डिटेल्स ??"

आशाताईंच्या पायाखालची जमीन सरकली. त्यांनी शाल्मलीला सर्व घटनाक्रम सांगितला. शाल्मली अवाक झाली. तिने त्यांच्याकडून ज्या नंबरवरून WhatsApp मेसेजेस आले तो नंबर मागितला. त्यांनी फोन बंद केला आणि WhatsApp वरून शाल्मलीला तो नंबर पाठवला. मघाशी आलेला बँकेकडूनचा मेसेज त्यांनी बघितला. त्यांच्या अकाऊंटमधून चार लाख डेबिट झाले होते. आशाताईंना स्वतःच्या मुर्खपणाचा खूप राग आला. अगतिकतेने त्यांच्या डोळ्यांत पाणी आले. खूप मोठा आर्थिक फटका त्यांना बसला होता.

स्वतःही त्यांनी त्या नंबरवर दोन तीनदा कॉल केला पण हा नंबर अस्तित्वात नाही असा त्यांना रिप्लाय मिळाला. त्यांनी बँकेच्या हेल्पलाइनला फोन करून सर्व डिटेल्स देऊन काही करता येत असल्यास करण्याची विनंती केली. पण त्यांनी स्वतःच ओटीपी फॉरवर्ड केल्याने हेल्पलाइन ऑपरेटरने त्यांना पैसे परत मिळणे कठीण असल्याचे सांगितले. तरी शक्य तेवढे प्रयत्न करण्याचे आश्वासन दिले. आशाताईंना त्या आश्वासनातील फोलपणा जाणवला.

शाल्मलीने सुद्धा बँक हेल्पलाइनला फोन केला. सायबर सेलला ऑनलाइन कम्प्लेंट दिली. कम्प्लेंटची कॉपी घेऊन दुसऱ्या दिवशी बँकेत जाऊन सर्व घटना सांगून पैसे परत मिळवण्यासाठी आटोकाट प्रयत्न केले. एका सायबर सिक्युरिटी कन्सल्टंटचीही मदत घेतली. त्याने दिलेल्या माहितीनुसार कार्ड डिटेल्स चा उपयोग करून सायबर चोराने ऑनलाइन ज्वेलरी विकत घेतली होती. ज्या सीमकार्डवरून आशाताईंना

मेसेजेस आले होते ते सिमकार्ड दादर मधील एका दुकानातून शाल्मलीच्या नावानेच खरेदी केले गेले होते. दोन महिन्यांच्या तपासाअंती सुद्धा अजूनपर्यंत सायबर गुन्हेगार पोलिसांच्या हाती लागला नाही.

हा घटनाक्रम पाहता एक खूणगाठ प्रत्येकाने लक्षात ठेवावी कि कुठल्याही परिस्थितीत आपले डेबिट किंवा क्रेडिट कार्ड डिटेल्स फोन किंवा इमेल वरून अगदी आपल्या जवळच्या माणसांशीही कधीही शेअर करू नये. तसेच आपले आधार कार्ड, पॅन कार्ड यासारखे कागदपत्रं कुठे द्यायचे झाल्यास त्यावर तारीख आणि कशासाठी देत आहात ते लिहून सही करावी. किंवा uidai साईट वरून आपले मास्क आधार कार्ड डाऊनलोड करून त्याचा वापर करावा. म्हणजे त्या कागदपत्रांचा गैरवापर होणार नाही.

{कलम 66 D, आयटी ॲक्ट, 2000 - कोणत्याही कम्युनिकेशन डिव्हाइस किंवा कॉम्प्युटर रिसोर्सच्या माध्यमातून व्यक्तीने फसवणूक केल्यास त्याला तीन वर्षांपर्यंत कारावास आणि एक लाख रुपयांपर्यंत दंड होऊ शकतो.}

6

मॅट्रिमोनी साइट

लिफ्टमधून बाहेर येऊन अमृताने तिच्या आठव्या मजल्यावरील फ्लॅटचे दार लॅच कीने उघडले. भराभर सगळे लाइट्स लावून, बेडरूमचा एसी चालू करून ती रेस्टिंग चेअरवर रिलॅक्स होऊन रेलली. डोळे मिटून ती आशुतोष बद्दलच्या विचारांत हरवली. "काय करत असेल आशु? एव्हाना पोहोचला असेल का बंगलोरला?? उद्या त्याला आपल्या फ्लॅटचा ताबा मिळेल. पुढच्या विकेंडला जाऊया बेंगलोरला फ्लॅट बघायला म्हणजे इंटेरिअर डिझाइनर सोबत बोलून, ठरवून, लग्नाआधीच फ्लॅट डेकोरेट करून घेता येईल."

दोन वर्षांपूर्वी आशुतोष जोशीचे shubhvivah.com वरील प्रोफाइल पाहून अमृताने त्याला ईमेल केले. दोघेही एकमेकांना भेटले. दोन तीन भेटींतच दोघे एकमेकांना अनुरूप वाटले आणि त्यांनी लग्न करायचे ठरवले. साधारणतः तिशीची अमृता साने, मुळची नाशिकची, कॉम्प्युटर सायन्समध्ये एमटेक झालेली, मोठ्या मल्टिनॅशनल आयटी कंपनीत सिस्टीम्स मॅनेजर, मुंबईतील पॉश एरियात भाड्याने वन बेडरूम फ्लॅट घेऊन राहत होती. तिचे वडील तिच्या लहानपणीच गेले. शिक्षिका असलेली आई अमृताच्या लहान भावाबरोबर नाशिकमध्ये राहात होती. बाळपणीच आईला पारखा झालेला, दिसायला अत्यंत देखणा आशुतोष त्याच्या वडिलांचा एकुलता मुलगा. बीटेक झाल्यावर लोकसेवा

आयोगाच्या परीक्षा देऊन आयआरएस ऑफिसर म्हणून बेंगलोरला पोस्टेड होता. त्याच्या वडिलांचा इम्पोर्ट एक्स्पोर्टचा मोठा बिझनेस होता. त्यानिमित्त सध्या बऱ्यांच दिवसांपासून ते कॅनडा मधे रहात होते. दोन तीनदा प्रयत्न करूनही अमृताचा आणि तिच्या आईचा त्यांच्याशी संपर्क होऊ शकला नव्हता. आशुतोष मध्ये नाही म्हणण्यासारखे काहीच नसल्याने, अमृताच्या आईची या लग्नाला हरकत असण्याचे काहीही कारण नव्हते. फक्त एकदा तिला त्याच्या वडिलांना भेटायची इच्छा होती. पण या ना त्या कारणाने अजूनही त्यांच्या भेटीचा योग आला नव्हता.

गेल्या दोन वर्षांत आशुतोषसोबत घालवलेले सुंदर क्षण अमृताच्या मिटल्या डोळ्यांपुढे साकारत होते. गोड, आर्जवी बोलणे असलेला, हसरा आशुतोष पहिल्या भेटीतच तिच्या मनात भरला होता. बऱ्याचदा वीकेंडला अमृताला भेटण्यासाठी तो फ्लाइटने बेंगलोरहून मुंबईला यायचा. त्याच्यासोबत हॉटेलिंग, शॉपिंग, सिनेमा यांत दोन दिवस कसे जायचे तिला कळायचेही नाही. त्याच्यासोबत जागवलेल्या बेभान, धुंद रात्री आठवून आत्ताही तिच्या अंगभर रोमांच फुलले.

लग्न दोन महिन्यांवर आले होते. दोघांनीही कोर्ट मॅरेज करून अगदी जवळच्या नातेवाईक आणि मित्र-मैत्रिणींना जंगी पार्टी द्यायचे ठरवले होते. भारी सॅलरी पॅकेज असलेल्या अमृताने आपल्या पगारातून स्वतःचे घर खरेदी करण्यासाठी पहिल्यापासूनच पैसे बाजूला ठेवले होते. तिचे स्वतःचे घर-संसाराचे स्वप्न लवकरच पूर्ण होणार होते. आशुतोषने बंगलोरला एका ब्रोकरच्या मार्फत दोन बेडरूम्सचा फ्लॅट बुक केला होता. नव्वद लाखांच्या फ्लॅटसाठी त्याने वीस लाख कर्ज काढून बाकीचे पस्तीस-पस्तीस लाख दोघांनी टाकायचे ठरवले होते. अमृताने परवाच बंगलोरमधील तन्मय गोस्वामी नावाच्या बिल्डरच्या अकाऊंटला पस्तीस लाख ऑनलाइन ट्रान्सफर केले होते.
भविष्याची सुंदर स्वप्ने रंगविणारी अमृता खूपच आनंदात होती. आकाशात उंच विहरणाऱ्या पक्षाप्रमाणे तिचे मन हलके झाले होते.

मोबाइलच्या रिंगने तिची तंद्री भंगली. बंगलोरहून के प्रसाद नावाच्या पोलिस इन्स्पेक्टरचा फोन होता. तिने तन्मय गोस्वामी नावाच्या माणसाला पैसे ट्रान्सफर केले त्याबद्दल ते चौकशी करत होते. त्यासंदर्भात उद्या ते तिला भेटायला येणार होते. अमृता काळजीत पडली. तिला शंका आली, की ज्या बिल्डर तन्मय गोस्वामीला तिने पैसे ट्रान्सफर केले आहेत, तो फ्रॉड तर नाही? असे असल्यास आपले चांगलेच आर्थिक नुकसान होणार. तिने काळजीतच आशुतोषला फोन लावला. त्याचा फोन स्विच ऑफ आला. त्यानंतर वारंवार फोन लावूनही त्याचा फोन बंद असल्याचा ऑपरेटरचा मेसेज आला. अमृताच्या मनात आले, "आशूला काय झाले? तो कधीही फोन स्विच ऑफ ठेवत नाही. तो कुठल्या अडचणीत तर नसेल ना?" रात्रभर आशुतोषच्या काळजीने तिच्या डोळ्याला डोळा लागला नाही.

सकाळी दहाच्या सुमारास इन्स्पेक्टर प्रसाद आपल्या दोन सहकाऱ्यांसह तिच्या घरी आले.
"मॅडम तुम्ही तन्मय गोस्वामीला ओळखता का?" इन्स्पेक्टर प्रसादने तिला प्रश्न केला.
"नाही. त्यांना मी कधी भेटले नाही. पण ते बंगलोरचे मोठे बिल्डर आहेत. आमच्या फ्लॅटसाठीची रक्कम मी त्यांच्या अकाऊंटला ऑनलाइन ट्रान्स्फर केली."
"तुम्हाला कोणी सांगितले ते बंगलोरचे बिल्डर आहेत म्हणून?"
"आशुतोष जोशी, म्हणजे माझ्या होणाऱ्या नवऱ्याने."
"मग एवढी मोठी रक्कम ट्रान्सफर करण्यासही त्यांनीच तुम्हाला सांगितले असणार. ."
"हो. आशुतोषच्या सांगण्यावरुनच मी पस्तीस लाख तन्मय गोस्वामीच्या अकाऊंटला ट्रान्सफर केले."
"हम्म. ." इन्स्पेक्टर प्रसाद विचारात पडले. पुढच्याच मिनिटाला त्यांनी खिशातून एक फोटो काढून तिच्यासमोर धरला आणि विचारले,
"हा तुमचा होणारा नवरा आहे का?"

"हो हा आशुतोषचा फोटो आहे. पण त्याचा फोटो तुमच्या जवळ कसा?"
"मॅडम, हा आशुतोष जोशी नसून तन्मय गोस्वामी आहे."
"काही तरी काय बोलताय इन्स्पेक्टर?" अमृता रागाने म्हणाली.
"सॉरी मॅडम पण हे खरे आहे. मॅट्रीमोनी साइटवर स्वतःचे प्रोफाइल अपलोड करून, त्यावर खोटी माहिती टाकून, आयआरएस ऑफिसर असल्याचे भासवून, त्यासाठीचे बनावट आयडी कार्ड वापरून, उच्चशिक्षित, हाय प्रोफाइल मुलींना हेरून, आपल्या जाळ्यात ओढून त्यांची आर्थिक फसवणूक करण्याचा त्याचा धंदा आहे. त्याच्याविरुद्ध चार मुलींच्या कम्प्लेन्ट्स आहेत. तो फरार आहे आणि पोलिस त्याच्या शोधात आहेत."

इन्स्पेक्टरचे बोलणे ऐकून अमृताच्या पायाखालची जमीन सरकली. तिला फार मोठा मानसिक धक्का बसला. त्या धक्क्याने तिला भोवळ आली आणि ती जमिनीवर कोसळली.

अमृता शुद्धीवर आली तेव्हा ती हॉस्पिटलच्या स्पेशल रुममध्ये होती. तिच्या उशाशी तिची आई बसली होती. सर्व प्रसंग आठवून ती ओक्साबोक्शी रडू लागली. एवढी उच्चशिक्षित, हायप्रोफाइल मुलगी, मात्र एका बहुरूपी नराधमाने तिचे तन मन धन सर्वच लुटले होते.

*****

प्रिय वाचक,
ही कथा सत्यघटनेवर आधारित आहे. २०१४ ते २०१६ या दरम्यान तन्मय गोस्वामी नावाच्या व्यक्तीने आठ मुलींची या प्रकारे फसवणूक करून त्या सगळ्यांचे एकूण दीड कोटी रुपये लुबाडले. मॅट्रीमोनी साइटवर खोटे प्रोफाइल तयार करून, तिशीतल्या, अविवाहित, हाय प्रोफाइल, एकट्या राहणाऱ्या मुलींना आपल्या जाळ्यात ओढून त्यांची आर्थिक फसवणूक करणे ही त्याची मोडस ऑपरेंडी होती.
मॅट्रिमोनी साइटवरील दहापैकी सात प्रोफाइल बनावट असतात, असे मुंबईतील एका प्रसिद्ध सायबर कायदेतज्ज्ञाचे मत आहे. तेव्हा अशा

साइटस् द्वारे लग्न ठरवताना शक्य तेवढी काळजी घेणे आवश्यक आहे.

7

चक्रव्यूह

साधनाने गौरीच्या खोलीचे दार उघडून आत पाऊल टाकले. एक प्रकारची उदास, निराश शांतता तिच्या मनाला भिडली. गौरीला जाऊन आज पंधरा दिवस झाले होते. साधनाने तिचे कपड्यांचे कपाट उघडले. त्याबरोबर गौरीबद्दलच्या आठवणी तिच्या मनात दाटून आल्या. तिने तिच्या अश्रूंना वाट करून दिली. गौरी गेल्यापासून तिला एक प्रश्न सारखा सतावत होता, "अवघ्या सतरा वर्षांची माझी लेक, असे काय झाले की तीला स्वतःला संपवून घ्यावेसे वाटले?"

व्यवस्थित आवरलेल्या कपाटातील कपड्यांकडे सुन्न नजरेने पाहात तिने कपड्यांच्या खणाखालचा ड्रॉवर उघडला. त्यात गौरीच्या हेअरपिन्स, बँड्स वगैरे एक्सेसरीज सोबत एक डायरी साधनाच्या दृष्टीस पडली. डायरी उचलून तिने तिची पान चाळली. डायरीत गौरीने तारखेनुसार काही नोंदी करून ठेवल्या होत्या. जवळच्या खुर्चीत बसून साधना डायरी वाचू लागली.

३०/०३/२०१८

आज खूप कंटाळा आलाय. अभ्यासाचाही मूड होत नाहीये. आजही आईला उशीर होणार असं दिसतंय. ती तरी काय करणार. इअर एंडींगमुळे बँकेत तिला जास्त काम असणार. त्यामुळे उशीर होणारच. माझे बाबा असते तर आईला एवढं काम करावंच लागलं नसतं. घरातली

कामं, तिच्या ऑफिसच्या, माझ्या कॉलेजच्या वेळा सांभाळणं यातच तीचा दिवस मावळतो. एकच स्वप्न आहे तिचं. . मी शिकून खूप मोठं व्हावं. आणि तिचं स्वप्न मी नक्की पूर्ण करणार. . . चला. . . थोडा वेळ फेसबुकवर जाते म्हणजे वेळ तरी जाईल.

३१/०३/२०१८

काल फेसबुकवर साहिलची फ्रेंड रिक्वेस्ट आली. खरं तर मी त्याला ओळखत नाही. आईने सांगितलंय, अनोळखी लोकांच्या रिक्वेस्ट एक्सेप्ट करायच्या नाहीत. पण कसला भारी दिसतो ना तो त्याच्या प्रोफाइल फोटोमध्ये. . . मी त्याची रिक्वेस्ट एक्सेप्ट केलीये.

०१/०४/२०१८

आज अभ्यास झाल्यावर मी फेसबुक मेसेंजरवर साहिलशी खूप वेळ चॅट केलं. He is damn interesting. मस्त वाटलं त्याच्यासोबत चॅट करून.

०२/०४/२०१८

चॅट करताना मी आणि साहिलने आज एकमेकांचे सेल नंबर घेतले. त्याने लगेच मला कॉल केला. काय मस्त बोलतो? आवाज तर एखाद्या बॉलिवूड हिरोसारखाच वाटतो. खरं तर आईला हे सगळं अजिबात आवडणार नाही. पण मी कधी तरी त्याच्याशी बोलत जाईन. सारखं सारखं नाही.

०४/०४/२०१८

काल मी फक्त अभ्यास केला. मोबाईलला हात पण लावला नाही. खरंतर इलेव्हन्थची एक्झाम आताच संपलीय. पण ट्वेल्थचे क्लासेस कधीच सुरू झालेत. आणि ट्वेल्थला पहिल्यापासून खूप अभ्यास करायचा आहे. नीटची एक्झाम देऊन मेडिकलला जायचंय मला. आईचीही तीच इच्छा आहे. आजही स्वतःला आवरतेय. फेसबुकवर गेले तर साहिल नेहमी ऑनलाइन असतोच. मग त्याच्याशी बोलण्यात खूप वेळ जातो आणि उगाच गिल्टी वाटत राहातं. आईला कळलं तर आवडणार नाही

म्हणून आणि अभ्यासाचा वेळ गेला म्हणूनही. असं करते फक्त पाहते. . फेसबुकवर साहिल ऑनलाइन आहे का? असेल तर पाच दहा मिनिटं त्याच्याशी चॅट करते. . फक्त पाच दहा मिनिटंच हं. . .

०५/०४/२०१८
काल फेसबुकवर गेले तर साहिल ऑनलाइन दिसलाच. पाच दहा मिनिटं चॅट करणार होते. पण तास-दीड तास कसा गेला कळलंच नाही. आत्ता अर्ध्या तासापूर्वी त्याचा व्हिडिओ कॉल आला होता. एफबी प्रोफाइलवर दिसतो त्यापेक्षा वयाने थोडा मोठा असावा. वीस एकवीस वर्षांचा. पण कसला हॅण्डसम दिसतो. . . आणि बोलतो पण मस्त. . असं वाटतं. . .त्याच्याशी बोलत राहावं. येत्या रविवारी जेएम रोडवरच्या सीसीडीमध्ये भेटायचं म्हणतोय. जावं का? त्याला भेटायची तर खूप इच्छा आहे.

०८/०४/२०१८
आज आम्ही सीसीडी वर भेटलो. खूप गप्पा झाल्या. त्याचे आई-बाबा नगरला असतात. तो इथं पुण्यात तीन मित्रांसोबत फ्लॅट शेअर करून राहतो. इंजिनिअरिंगच्या थर्ड इयरला आहे. त्याचे ते माझ्याबद्दलचे पॅशनेट लूक मला आतपर्यंत मोहरून गेले. बोलता बोलता त्याने माझे हात हातात घेतले आणि माझ्या सर्वांगात वीज चमकून गेली. आय शुड कन्फेस. . .आय लव्ह हिम. . येस. . आय एम इन लव विथ हिम. . . .

१४/०४/२०१८
आजकाल डायरी लिहायला सुद्धा वेळ होत नाही. अभ्यासातही मन लागत नाही. या आठवड्यात मी कुठलीही विकली क्लास टेस्ट दिली नाहीये. बस. . . साहिल. . साहिल. . आणि फक्त साहिल. . . त्याच्याशी चॅट, फोन कॉल, व्हिडिओ कॉल आणि त्याचे विचार. . दुसरं काही सुचतच नाही. या आठवड्यात आम्ही दोनदा भेटलो. उद्या त्याच्या फ्लॅटवर भेटायचं ठरलंय.

१६/०४/२०१८

काल मी गेले होते साहिलच्या फ्लॅटवर त्याला भेटायला. आम्ही दोघंच होतो तिथे. त्याने मला मिठीत घेऊन कपाळावर, गालांवर आणि ओठांवर किस केलं. नंतर हळुवार उचलून बेडवर ठेवलं. मी त्याच्या प्रेमात इतकी आकंठ बुडाले होते की. . . माझे कपडे केव्हा दूर झाले कळंलच नाही. Ohh... I lost my virginity. . गिल्टी वाटतंय. But it was a heavenly experience. . and after all we love each other. पण. . पण आईला कळलं तर. . .

३०/०४/२०१८
आज काल आम्ही साहिलच्या फ्लॅटवरच भेटतो. तेही आठवड्यातून दोन तीनदा. . राहवतंच नाही एकमेकांशिवाय. .We both are passionate about sex. आज त्याने आम्हा दोघांचा सेल्फी व्हिडीओ काढला. . तसं करताना . . . म्हणला. . तुझी आठवण आल्यावर पाहात जाईन. मी नको म्हणत होते तरीही. . .

२०/०५/२०१८
आईला काही कळलंय का ? विचारत होती. . की मी क्लासेसच्या विकली टेस्ट्स का दिल्या नाहीत? क्लासच्या सरांचा तिला एसएमएस आला होता. माझ्याकडे एकटक पाहत म्हणाली. ."तू मोठी झाल्यासारखी वाटतेय आणि आजकाल तुला माझ्याशी बोलायलाही वेळ नसतो गं. अभ्यासाचे टेन्शन आहे का?" मी काही तरी सांगून वेळ निभावून नेली.

२५/०५/२०१८
Oh god !!! How could He do this to me???? He is a big cheater. .रडून माझे आज डोळे आग करताहेत. त्या जागीही खूप खूप दुखतंय. . . आई गं !!! आज. .आज. . .साहिलने त्याच्या मित्रांबरोबर. . मला. . . शी . . . किळस येतेय मला स्वतःचीच. मी नाही म्हटले तर म्हटला, त्याच्यासोबतचा व्हिडिओ आईला पाठवेल आणि पोर्न साइटवर सुद्धा अपलोड करेल. अरे देवा !! कुठे अडकले मी ? आता यातून बाहेर कशी पडू ??आईला सगळं सांगू का ? नको. तिला खूप खूप वाईट वाटेल.

नकोच. . .

१५/०६/२०१८
गेल्या काही दिवसांत माझ्या शरीराची अक्षरशः चाळण झालीय. कितीदा तरी साहिलने आणि त्याच्या त्या तिन्ही मित्रांनी माझ्यावर अत्याचार करून माझ्या शरीराचे लचके तोडले आहेत. घाणेरडे पॉर्न व्हिडिओज दाखवून मला नाही नाही ते करायला लावतात. नाही म्हटले तर माझ्यासोबत काढलेले व्हिडिओज व्हायरल करण्याची धमकी देतात. मी आईचे ऐकायला हवे होते. अनोळखी साहिलची रिक्वेस्ट एक्सेप्ट करायलाच नको होती. म्हणजे आज असं काही झालंच नसतं. माझं आयुष्य पहिल्या सारखंच सरळ, छान असतं. मी, आई, मैत्रिणी, अभ्यास किती छान होतं सगळं. मीच माझ्या हाताने सगळं घालवलं. सगळ्यांना दूर करून या घाणेरड्या चक्रव्युहात अडकले. आता हे सगळं थांबवून, यातून सुटण्याचा एकच मार्ग दिसतोय मला. . . स्वतःला संपवायचं. . . आई मला माफ कर. . .पण दुसरा काहीच मार्ग दिसत नाहीये. . .

साधनाने डायरी मिटली. गौरीच्या आठवणीने आणि तिने भोगलेल्या यातनांची कल्पना आल्याने ती ओक्साबोक्शी रडू लागली. अर्धा तास असाच गेल्यावर ती एका निश्चयाने उठली. तिला आठवले, तिची ऑफिसातली मैत्रीण आणि सहकारी चित्रा, तिचा भाऊ विजय पुणे सायबर सेलचा इंचार्ज आहे. तिने चित्राला फोन लावला. आणि विजयची भेट करून देण्याची विनंती केली. दुसऱ्या दिवशी साधना आणि चित्रा विजयच्या ऑफिसमध्ये आल्या. साधनाने येताना गौरीची डायरी आणि मोबाइल फोन सोबत आणले होते. विजयला सर्व हकिकत सांगून साधना म्हणाली, "इन्स्पेक्टर, प्लीज लवकरात लवकर या दुर्घटनेचा तपास लावून माझ्या गौरीच्या आत्महत्येला कारणीभूत नराधमांना शिक्षा करा." "ताई, तुम्ही निश्चित राहा. मी लवकरात लवकर या प्रकरणाचा छडा लावतो." इन्स्पेक्टर विजय ने तिला दिलासा दिला.

इन्स्पेक्टर विजयने सर्वप्रथम गौरीच्या मोबाईलचा पासवर्ड त्यांच्या सेलमधील सायबर सिक्युरिटी ऑफिसरकडून क्रॅक केला. मोबाइलमधील फेसबुक मेसेंजर वरचे साहिलकडून आलेले मेसेजेस, जेथून आले होते, त्या आयपी ॲड्रेसचा शोध घेतला. आणि ते लोकेशन शोधून काढले. महिन्याभरातच साहिल आणि त्याच्या तिन्ही मित्रांच्या भोवती पोलिसी फास आवळला गेला.

गौरीच्या अकाली जाण्याने साधना पूर्णपणे एकाकी झाली होती. तिला सर्वच अर्थहीन वाटत होते. पण गौरीच्या आत्महत्येला जबाबदार असणारे नराधम गजाआड झालेले पाहून तिला काही प्रमाणात गौरीला न्याय मिळाल्याचे समाधान वाटत होते.

{भारतीय दंड संहितेच्या कलम 306 मध्ये "आत्महत्येला प्रवृत्त करणे" या गुन्ह्याची तरतूद आहे. हा अजामीनपात्र आणि दखलपात्र गुन्हा आहे, ज्यामुळे पोलिसांना वॉरंटशिवाय अटक करता येते. सोप्या शब्दात सांगायचे तर, जो कोणी दुसऱ्याच्या आत्महत्येच्या कृत्यास प्रोत्साहन देतो त्याला दहा वर्षांपर्यंत तुरुंगवास आणि संभाव्य दंड किंवा दोन्हीही होऊ शकतात.}

8

प्रतिशोध

"hi baby...झोपली नाहीस अजून."
"नाही. .तू online येण्याची वाट बघत होते."
"सो क्युट. .लव यु babe"
पुढचा अर्धा तास दोघं व्हाटस्अॅपवर चॅटिंग करण्यात बुडून गेले.

स्पृहा आणि आतिश दोघंही कॉलेजमध्ये बीबीएच्या तिसऱ्या वर्षाला, एकाच वर्गात. तीन वर्षांपासून एकमेकांच्या प्रेमात आकंठ बुडालेले. कॉलेजमध्ये, कॅन्टीनमध्ये, त्यांच्या मित्र मैत्रिणींच्या ग्रुपसोबत असतानाही जगाचे भान विसरून त्यांच्या गुजगोष्टी चालत. यावरून त्यांच्या ग्रुपमधले मित्रमैत्रिणी त्यांची कायम थट्टा करत.

दोघं कॉलेजच्या बाहेरही भेटत. एकत्र नसले की दोघांचा बराच वेळ व्हॉट्सअॅप, फेसबुकवर एकमेकांशी चॅटिंग करण्यात किंवा मोबाइलवर बोलण्यात जाई.

आतिश शहरातील एका मोठ्या नामांकित बांधकाम व्यावसायिकाचा एकुलता मुलगा तर स्पृहाचे आई वडील दोघेही सनदी अधिकारी. स्पृहाची लहान बहीण स्पंदन त्याच कॉलेजला कॉम्प्युटर सायन्सच्या दुसऱ्या वर्षाला होती. स्पृहापेक्षा स्पंदन खूपच वेगळी. कायम अभ्यासात

बुडालेली. वयाच्या मानाने ती खूपच परिपक्व होती. कोणालाही माहित नसलेली तिची विशेषता म्हणजे ती कोणाचीही हुबेहुब नक्कल करू शकत असे. लहान असून स्पृहाला ती नेहमी आतिशचा नाद सोडून अभ्यासात लक्ष घालण्याचा सल्ला देई. तिच्या मते आतिश सारखी मुलं, मुलींकडे फक्त टाइमपास म्हणून बघतात.

नात्यातील लग्न समारंभाला उपस्थित राहण्यासाठी आतिशचे आईवडील काही दिवसांसाठी बाहेरगांवी गेले. एकांतात भेटण्याची दोघांना अनायासे संधी मिळाली. आतिशने स्पृहाला घरी बोलावले. आतिशचा आलिशान बंगला पाहून स्पृहा अचंबित झाली. हॉलच्या भिंतीवर लावलेलं सुंदर पेंटिंग भान हरपून पहात असताना आतिशने तिला मागून येउन मिठीत घेतलं आणि तिच्या मानेवर ओठ टेकले. स्पृहा त्याच्या मिठीत विरघळली. दोघंही जगाचं भान हरपून एकरुप झाली.

स्पृहा भानावर आली तेव्हा बाहेर अंधारून आलं होतं. पटकन कपडे सावरून ती उठली. "मला निघायला हवं. उशिर झाला." असे म्हणून आतिशचा निरोप घेऊन ती निघाली.

त्यानंतर दोन तीन वेळेस आतिशने स्पृहाला त्याच्याबरोबर एकांतात येण्यासाठी गळ घातली. पण स्पृहाचे संस्कारी मन पुन्हा त्या गोष्टीसाठी तयार होत नव्हते. एकदा झाली ती चूक पुन्हा होता कामा नये असे ती वारंवार स्वतःला बजावत होती.

सेमिस्टर एक्झाम जवळ आल्याने सगळेजण अभ्यासाला लागले. स्पृहाचे मात्र अभ्यासातून लक्ष उडाले होते. काही दिवसांपासून आतिशचे वागणे बदलले होते. हल्ली तो क्वचितच कॉलेजला यायचा. त्यांच्या ग्रुपमधील काही जणांनी त्याला एका मॉडेल सारख्या दिसणाऱ्या मुलीसोबत पब, सिनेमाहॉल अशा बऱ्याच ठिकाणी पाहिले होते. स्पृहाच्या मेसेजेसना तो रीप्लाय करेनासा झाला. तिने त्याला

मोबाइलवर खूपदा कॉल केले. एकतर तो रिसीव करायचा नाही. किंवा 'मी बिझी आहे नंतर कॉलबॅक करतो' असे सांगून फोन कट करायचा. त्याच्या अशा वागण्याने स्पृहा निराश झाली. तासंतास पुस्तक डोळ्यासमोर घेऊन ती हरवलेल्या नजरेने कुठेतरी पहात बसे. मोबाइल फोनची रिंग वाजताच अधीरपणे आतिशचा फोन असेल या आशेने फोन घ्यायची. आतिश आपल्याला टाळतो आहे, हे तिच्या लक्षात आले आणि ती अधिकच निराशेच्या गर्तेत बुडाली.

स्पंदन तिला खूप समजवायची. पण वस्तुस्थितीचा स्वीकार करणं तिला खूप कठीण जात होतं. आता तर स्पृहाचे कॉलेजला जाणे सुद्धा बंद झाले. तासंतास शून्यात नजर लावून ती बसून राही. अंघोळ, जेवण यासारख्या रोजच्या गोष्टी करण्याचेही तिला भान राहत नसे. तिची अशी अवस्था तिच्या आई बाबांना आणि स्पंदनला पाहवत नसे. त्यांचा जीव तिच्यासाठी तुटत होता. सायकॅट्रिस्टच्या ट्रीटमेंटचा सुद्धा तिच्यावर काही फरक पडत नव्हता. डिप्रेशनवरच्या औषधांमुळे खूप वेळ ती झोपून राही. उठल्यावर काही न करता शून्यात नजर लावून बसे. बाह्य जगाशी तिचा संपर्क पूर्णपणे तुटला. घरच्यांसोबतही ती काही बोलत नसे.

एके सकाळी सहाच्या सुमारास बिल्डिंगच्या खालून गलका ऐकू आल्याने स्पंदनला जाग आली. बाजूच्या पलंगावर स्पृहा तिला दिसली नाही. तिने उठून गॅलरीत जाऊन खाली पाहिले आणि तिला भोवळ आली. कसेतरी तिने स्वतःला सावरले. स्पृहा रक्ताच्या थारोळ्यात पालथी पडली होती. नैराश्याच्या भरांत रात्री केव्हातरी तिने गॅलरीतून उडी मारून आपली जीवनयात्रा संपवली होती.

स्पृहाच्या जाण्याने आई बाबा आणि स्पंदन प्रचंड दुःखात बुडाले. पंधरा दिवसांनंतर स्पंदनने कॉलेजला आणि आई बाबांनी ऑफिसला जायला सुरुवात केली. तोच त्यांच्या दुःखावरचा इलाज होता.

*****

नोटिफिकेशन साउंड ऐकून आतिशने मोबाइल उचलला. "कसा आहेस? मजेत असशील ना?" स्पृहाचा व्हॉट्सअॅप मेसेज पाहून तो

उडालाच. स्वतःला सावरून त्याने विचार केला की स्पृहाचा नंबर वापरून कोणीतरी आपली गंमत करत असणार. त्याने त्या नंबरवर फोन केला. "हैलो! मी स्पृहा!! इतक्या सहज मी तुला सोडणार नाही..." पलीकडून स्पृहाचा आवाज आणि पाठोपाठ तिचे चिरपरिचित खळखळून हसणं.

आता मात्र त्याला दरदरून घाम फुटला. स्पृहाच्या विचाराने त्याची झोपच उडाली. त्यानंतर अधून मधून स्पृहा त्याला फेसबुक मेसेंजर, व्हॉट्सॲप, ईमेलवर पिंग करू लागली. कधी तिच्या मोबाइलवरून त्याला फोन येई, तेव्हा घाबरून तो कधीच फोन उचलत नसे. एकदा त्याला स्पृहाच्या ई मेल आयडीवरून एक मेल आले. त्यात तो तिच्या भावनांची कसा खेळला. पुष्कळदा संपर्क साधण्याचा प्रयत्न करूनही त्याने तिला कसे टाळले. त्यामुळे ती कशी डिप्रेशनमध्ये गेली आणि शेवटी तिने स्वतःला कसे संपवले. याबद्दलची इत्थंभूत हकिकत होती. त्या दिवसापासून स्पृहा बद्दलची अपराधी भावना त्याच्या मनात घर करू लागली. त्या भावनेने त्याचे सुख चैन हिरावून घेतले. तो रात्री धडपणे झोपू शकत नव्हता. थोडी झोप लागताच वेड्या वाकड्या, भयानक स्वप्नांनी त्याला घाबरून जाग येई. कधीतरी अचानक स्पृहा त्याच्या जवळ उभी आहे असे आतिशला वाटे आणि भीतीने तो अर्धमेला होई.

हळूहळू तो आतून पोखरला जाऊ लागला. त्याचे मित्र, पब, पाटर्या, मौजमजा, फिरणं सगळं काही बंद झालं. आता तो फक्त तासंतास शून्यात नजर लावून कोणाशीही न बोलता एकटा बसला राही. आंघोळ, जेवण कशाचीही त्याला शुद्ध नसे. त्याला या अवस्थेत पाहून त्याचे आईवडील खूप दुःखी होत. शहरातील नामांकित मानसोपचारतज्ञ त्याच्यावर उपचार करत होते. पण त्याच्या मनातील भीती कशानेही कमी होत नव्हती. अशातच एकदा स्पंदन आतिशला भेटायला म्हणून त्याच्या घरी आली.

त्याच्या घराची बेल दाबतांना तिच्या मनात भीती, दुःख अशा संमिश्र भावना होत्या. आतिशच्या आईने दार उघडले. त्या खूप खंगलेल्या दिसत होत्या. त्यांनी स्पंदनला आतिशच्या खोलीत नेले. आतिश

शून्यात नजर लावून एकटक पाहत होता. तिला पाहताच तो जोरजोरात रडू लागला आणि तिच्यासमोर हात जोडू लागला. त्याचे हे वागणे त्याच्या आईला अनपेक्षित होते. त्या त्याला सावरण्याचा प्रयत्न करू लागल्या. स्पंदन डोळे पुसत तिथून बाहेर पडली.

*****

टॅक्सीतून उतरून, लिफ्टने सातव्या मजल्यावर येऊन तिच्या जवळील चावीने स्पंदनने दार उघडले आणि.... तिच्या खोलीत जावून पर्समधील स्पृहाचा मोबाइल, पिननंबर देऊन उघडला. त्यातील व्हॉट्सअॅप, फेसबुक अकाऊंट डिलीट केले. मोबाइल पूर्णपणे इरेज करून फॅक्टरी रिसेट केला आणि त्यातील सिमकार्ड टॉयलेटमध्ये नेऊन फ्लश करून टाकले. तिच्या लाडक्या बहिणीला, स्पृहाला आयुष्यातून उठवणारा आतिश स्वतःच आयुष्यातून उठला होता. तिचा प्रतिशोध पूर्ण झाला होता. एका वेगळ्याच समाधानाने तिने अभ्यासाचे पुस्तक उघडले.

9

रॅन्समवेअर

१२ मे २०१७. सकाळचे साडेसहा वाजलेले. मोबाइलच्या आलार्मने अमिषाला नेहमीसारखी जाग आली. पटकन अंथरुणातून बाहेर येत तिने हातपाय ताणून आळस झटकला आणि बाथरूममध्ये शिरली. अमिषा इन्फर्मेशन टेक्नॉलॉजीमध्ये एम.टेक. करत होती. तिचे हे शेवटचे सेमिस्टर. त्याच्या प्रोजेक्टचा व्हायवा आणि प्रेझेंटेशन आठ दिवसांवर आले होते. भराभर आवरून तिने लॅपटॉप सुरू केला. प्रोजेक्ट प्रेझेंटेशनच्या स्लाइड्सवर काही फायनल चेंजेस करायचे बाकी होते. लॅपटॉप सुरू झाल्यावर पासवर्ड टाकून ती विंडोज डेस्कटॉप स्क्रीनची वाट पाहू लागली.

पण हे काय ??? लॅपटॉपच्या स्क्रीनवर तर काही वेगळेच दिसत होते.

लाल बॅकग्राउंडच्या स्क्रीनवर पिवळ्या अक्षरांत एक मोठा मेसेज दिसत होता. "तुमचे डॉक्युमेंट्स, फोटोज, व्हिडिओज, डेटाबेस कुठलीही फाईल तुम्ही वापरू शकत नाही. कारण सर्व फाइल्स एनक्रिप्ट झाल्या आहेत. फाइल रिकव्हर करण्याच्या प्रयत्नांत वेळ घालवण्यात अर्थ नाही. फक्त आमची डिक्रिप्शन सर्व्हिस वापरूनच तुम्ही तुमच्या फाइल्स रिकव्हर करू शकता. त्यासाठी तुम्हाला तीन दिवसांत तीनशे डॉलर्स बिटकॉइन्सच्या स्वरूपात खाली दिलेल्या वेब अॅड्रेसवर द्यावे लागतील. तीन दिवसांत पेमेंट केले नाही तर सहाशे डॉलर्स लागतील.

आणि सात दिवसांत तुमचे पेमेंट आले नाही तर तुमच्या फाइल्स कधीच रिकव्हर होऊ शकणार नाहीत."

मेसेजच्या खाली एका वेबसाइटचा ॲड्रेस दिसत होता. आणि How to buy bitcoins? अशी एक लिंक दिसत होती. ती लिंक क्लिक केल्यावर एक वेबसाइट ओपन होत होती. तिथे तीनशे डॉलर्स भरून बिटक्वाइन मिळण्यासाठीचा इंटरफेस दिसत होता. अमिषाच्या लॅपटॉपवर रॅन्समवेअरचा हल्ला झाला आहे, हे समजायला तिला वेळ लागला नाही. तिच्या घशाला कोरड पडली. हातपाय बधीर झाले. स्वतःला सावरून ती विचार करू लागली. तिला आठवले, प्रोजेक्ट पूर्ण करण्याच्या गडबडीत तिने तिचे अँटीव्हायरस गेल्या आठवडय़ाभरात अपडेट केले नव्हते. त्यात इंटरनेटवरील सँपल प्रेझेंटेशन्स पाहण्याच्या नादात कुठल्यातरी अनसेक्युअर्ड वेबसाइटवरून पॉवरपॉइंट स्लाइड्स डाउनलोड केल्या होत्या. त्यातूनच रॅन्समवेअरचा हल्ला झाल्याची शक्यता दिसत होती. पण जे झाले त्यावर जास्त विचार न करता प्रोजेक्ट आणि प्रेझेंटेशनच्या फाइल्स कशा रिकव्हर कराव्या, याचा ती विचार करू लागली. तिने पूर्ण प्रोजेक्टचा पेन ड्राइव्हवर बॅकअप घेऊन ठेवला होता. घरातल्या इंटरनेटशी कनेक्ट नसलेल्या कॉमन पीसीवर सुद्धा प्रोजेक्ट कॉपी करून ठेवला होता. पण प्रोजेक्ट रिपोर्ट आणि पॉवर पॉइंटमध्ये बनवलेल्या प्रेझेंटेशन स्लाइड्स मागच्या आठवड्यात गुगल ड्राइव्ह वर अपलोड केले होते. त्यानंतर त्यात बरेच बदल केल्याने ते जसेच्या तसे वापरता येणार नव्हते. त्यावर बरेच काम करावे लागणार होते. एकदा तिला वाटले तीनशे डॉलर्सच्या बिटकॉइन खरेदी करून या हॅकरला देऊन आपल्या सर्व फाइल्स रिकव्हर करून यातून सुटका करून घ्यावी, म्हणजे डोक्याला ताप नको. कारण पुन्हा रिपोर्ट आणि प्रेझेंटेशनवर काम करणे तिच्या जीवावर आले होते. त्यासाठी तिने गेले काही रात्रंदिवस एक केले होते. पण लगेच तिच्या मनात आले, तीनशे डॉलर्स म्हणजे जवळजवळ वीस हजार रुपये. . . का म्हणून आपण एवढे पैसे द्यायचे?? असे सहजपणे लोक पैसे देत गेले तर, असल्या असामाजिक तत्त्वांना प्रोत्साहन मिळून असे उद्योग वाढीस लागतील. नकोच. . . असा विचारही नको. आपण पुन्हा रात्रंदिवस एक

करून आठवडाभरात प्रोजेक्ट रिपोर्ट आणि प्रेझेंटेशन पूर्ण करू आणि आत्मविश्वासाने प्रोजेक्टच्या व्हायवाला सामोरे जाऊ. या विचारासरशी तिचे मन हलके झाले.

ठरवल्याप्रमाणे अमिषाने घरचा कॉमन पीसी इंटरनेटवर कनेक्ट केला. त्यावर अपडेटेड अँटी व्हायरस टाकून, दिवसरात्र मेहनत करून, गुगल ड्राइव्ह वरच्या जुन्या प्रोजेक्ट रिपोर्टवर आणि प्रेझेंटेशनवर काम केले. दरम्यान आपला लॅपटॉप सायबर सिक्युरिटी एक्स्पर्ट कडून रिकव्हर करण्याचा प्रयत्न केला. पण काही फाइल्स फक्त रिकव्हर झाल्या.

आज अमिषा मोठ्या आयटी कंपनीत सीनिअर असोसिएट आहे. मात्र दर दोन दिवसांआड ती आपल्या लॅपटॉपवरील अँटीव्हायरस अपडेट करते, इंटरनेटवरील फक्त सिक्युअर्ड वेबसाइट्सवर (HTTPS://) जाते, कुठल्याही माहित नसलेल्या सोर्सकडून आलेले ईमेल उघडत नाही आणि न चूकता रोज आपल्या डेटाचा बॅकअप घेउन ठेवते.

{इंफॉर्मेशन टेक्नॉलॉजी अधिनियम, २००० (आयटी अधिनियम) अंतर्गत रॅन्समवेअर हल्ल्यांसाठी तीन वर्षांपासून सात वर्षांपर्यंतची शिक्षा आणि एक कोटी रुपयांपर्यंतचा दंड आहे.}

10

ज्युस जॅकिंग

२०१२ च्या एप्रिल महिन्यातील घटना. जेट एअरवेजच्या विमानाने मी माझ्या मुलीसोबत सिंगापूरला निघाले होते. चेकइन काऊंटरवरून बोर्डिंग पास घेऊन, बाकीचे सोपस्कार आटोपून आम्ही विमान बोर्ड केले. माझी सीट माझ्या मुलीच्या सीटपासून दोन रांगा मागे होती. तिच्या जवळील विंडो सीटवर एक गृहस्थ बसलेले होते. एकंदरीत पेहरावावरून ते गव्हर्मेंट इंटेलिजन्स ब्युरोमधे काम करत असावेत असे वाटत होते. त्यांच्या हातातील आयपॅड वरील कामात ते बुडालेले दिसत होते. विमानाच्या टेक ऑफ ला थोडा वेळ होता.

मुलगी लहान असल्याने तिला माझ्यापासून दूर, अपरिचित व्यक्तीजवळ बसणे तितकेसे कम्फर्टेबल वाटत नव्हते. मी त्या व्यक्तीला माझ्या जागेवर बसून मला तिथे बसू देण्याची विनंती केली. माझी विनंती त्यांनी लगेच मान्य केली. मी माझ्या मुलीजवळ विंडो सीटवर येऊन बसले.

काही दिवसांपूर्वीच मी स्मार्टफोन वापरायला सुरुवात केली होती. त्यामुळे फोनवर व्हॉट्सऍप, फेसबुक वापरण्याचा मला विशेष उत्साह होता. मी फोन उघडला. पण त्याची बॅटरी पंधरा टक्के उरली होती. त्याला रिचार्ज करणे भाग होते. माझ्या पर्समधून मी चार्जर बाहेर काढला.

चार्जरचा एसी अ‍ॅडॉप्टर काढून मी माझ्या समोरच्या सीटच्या पाठीवर असलेल्या यूएसबी पोर्टला चार्जर कनेक्ट केला. टेकऑफची सूचना मिळाली. चार्जिंगला लावलेला मोबाइल मी एरोप्लेन मोडवर टाकला आणि मुलीसोबत समोरच्या स्क्रिनवर सिनेमा बघत बसले.

पाच तासांनंतर सिंगापूर एअरपोर्टवर लँड झाल्यावर लक्षात ठेवून चार्जिंगला लावलेला मोबाइल चार्जर सकट काढून पर्समध्ये टाकला. तेव्हापासून माझा मोबाईल दोनतीनदा हँग होऊन रिसेट झाला. स्मार्टफोन वापरण्याची सवय नसल्याने आणि फार माहिती नसल्याने मी त्याकडे दुर्लक्ष केले.

घरी आल्यावर मोबाईल रिपेअरिंग शॉप मधून मोबाइल इरेज आणि क्लीन करून घेतला.

या घटनेला खूप वर्षं झाली. मी ती विसरूनही गेले. काही दिवसांपूर्वी माझे एक परिचित जे अमेरिकेत आयटी एक्स्पर्ट आहेत, त्यांनी ज्यूस जॅकिंग बद्दल लेख लिहिण्यास सुचवले. त्याबद्दल माहिती गोळा करताना मला हा प्रसंग आठवला.

ज्यूस जॅकिंग म्हणजे एअरपोर्ट्स, एरोप्लेन्स, रेल्वे स्टेशन्स वगैरे सारख्या ठिकाणी स्मार्ट डिव्हाइस चार्ज करण्यासाठी असलेल्या पॉइंट्सचा वापर करून चार्जिंगला लावलेल्या डिव्हाईसेस मधला डेटा चोरी करणे आणि/किंवा त्या डिव्हाइसमध्ये मालवेअर (व्हायरस) कॉपी करणे. या मालवेअरद्वारे त्या डिव्हाइसवर पूर्णपणे ताबा मिळवता येऊ शकतो.

या युएसबी चार्जिंग पॉइंटच्या आत एक छोटे कॉम्प्युटराइज्ड युनिट बसवलेले असते. त्यामुळे ज्यूस जॅकिंग शक्य होते. चार्जिंगसाठीची जी यूएसबी केबल असते. तिच्यात चार्जिंग बरोबरच डेटा ट्रान्सफरची सुविधा सुद्धा असते. त्यामुळे कॉपी करणे शक्य होते. ज्यूस जॅकिंगच्या

केसेस २०११ पासून आढळून आल्या.

माझ्यासोबत घडलेली घटना ज्यूस जॅकिंगचीच आहे. पण मला ते फार उशिरा कळले. खरंतर माझ्या फोनमध्ये चोरण्यासारखं, कॉपी करण्यासारखं काहीच नव्हतं. पण बहुतेक माझ्या आधी त्या जागेवर बसलेल्या व्यक्तीच्या आयपॅडमध्ये काहीतरी गुप्त माहिती असावी आणि ती चोरण्यासाठीच त्या सीटच्या समोरच्या यूएसबी पोर्टमधे ज्यूस जॅकिंगची छोटी यंत्रणा हॅकरनी बसवलेली असावी.

आपल्या लॅपटॉप, स्मार्टफोन, टॅब वगैरे डिव्हायसेसचे ज्यूस जॅकिंग होऊ नये म्हणून काही खबरदारीचे उपाय बाळगणे जरूरी आहे.

-सार्वजनिक ठिकाणी कुठलेही स्मार्ट डिव्हाइस यूएसबी पोर्टला चार्जिंगसाठी लावू नये.
-चार्जिंग करणे गरजेचे असल्यास यूएसबी पोर्ट ऐवजी इलेक्ट्रिक सॉकेट वापरून डिव्हाइस चार्ज करावे.
-किंवा सोबत पॉवर बँक बाळगावी.
-चार्जिंग खूपच गरजेचे आहे आणि युएसबी पोर्टच उपलब्ध आहे असे असल्यास स्मार्ट डिव्हाइस पूर्णपणे शट डाऊन करून मगच चार्जिंगला लावावे.

{ नव्याने मंजूर करण्यात आलेला डिजिटल पर्सनल डेटा प्रोटेक्शन २०२३ कायदा डेटा चोरीला मोठ्या प्रमाणात हाताळतो.}

11

सिमकार्ड चा प्रीपेड ताप

कॉलेज संपल्यावर अवनी घरी आली. एकामागून एक लेक्चर्स, प्रॅक्टिकल्स, लायब्ररी सेशन्स अशा दिवसभराच्या व्यस्त दिनचर्येमुळे ती थकली होती. फ्रेश होऊन, थोडं खाऊन, तिनं मोबाईल फोन हातात घेतला. ड्युएल सिम कार्डची व्यवस्था असलेल्या तिच्या मोबाईल फोन मध्ये दोनच दिवसांपूर्वी तिने एयरसेल प्रीपेड सिम टाकून घेतलं होतं. त्याचा चांगला इंटरनेट स्पीड मिळत असल्याने ती खुशीत होती.

तिच्या मोबाईल फोनची रिंग वाजताच व्हाट्सअप, इन्स्टा वर रमलेली अवनी भानावर आली. नवीन नंबरवर कॉल आला होता. अननोन नंबर फ्लॅश होत होता. तिने कॉल रिसीव केला.

"हॅलो..."

"हमारे अकाउंट से निकाले हुए पैसे सिधी तरह से वापीस करो, नही तो अंजाम बुरा होगा... देख लेना..."

"हॅलो...आप किस से बात करना चाहते है ? शायद रॉग नंबर लग गया है आपका..."

"यह 8763×××××× नंबर है ना ?"

"हां... नंबर तो सही है.. "

"छह-सात महिनें पहले, इस नंबर से कॉल करके तुने हमारा एटीएम कार्ड नंबर और पिन पूछ लिया और हमारे अकाउंटसे पैसे निकाल लिए... हम नींद मे थे इसलिये गलती कर दी और तुमको कार्ड नंबर और पिन बता दिया..."

"लेकिन यह नंबर तो मुझे परसो ही मिला है..."

"ऐ लडकी... ज्यादा नाटक मत कर... हमारे पैसे कब वापस करेगी ये बता... पुलीस के चक्कर काटते काटते मै थक गया हूँ. अरे कुछ तो रहम कर. गरीब आदमी हु मै.."

पलीकडच्या माणसाने कॉल डिस्कनेक्ट केला. अवनी चक्रावली.

'ही काय भानगड आहे ?'

ती मनात म्हणाली.

काही वेळ ती त्या आलेल्या फोन कॉलबद्दल विचार करत राहिली. पण तिच्या व्यस्त दिनक्रमा मुळे लवकरच तिला त्या घटनेचा विसर पडला.

हे आणि अशाच प्रकारचे कॉल्स दर दोन तीन दिवसाला यायला लागल्यावर मात्र ती चांगलीच काळजीत पडली. कधी तोच माणूस तर कधी एखादी स्त्री पलीकडून बोलत असत. निरनिराळ्या नंबर वरून कॉल्स येत असत. तिने ट्रू कॉलर वर नंबर ब्लॉक केले. पण एक नंबर ब्लॉक केला की दुसऱ्या नंबर वरून कॉल यायचे. सगळ्या इन्कमिंग कॉल्सचा सूर एकच...तू आमचे कार्ड डिटेल्स घेऊन पैसे काढले किंवा तू आमचे अकाउंट हॅक करून रिकामे केलेस.

अवनी च्या लक्षात आलं, की तिला दिलेला नंबर नक्कीच आधी कोणा सायबर चोराचा असणार. त्यांनं तो पूर्वीच सरेंडर केल्याने किंवा रिचार्ज न केल्याने रिसायकल होऊन तिला मिळाला असणार. कंटाळून शेवटी तिने ते सिमकार्ड सरेंडर करायचं ठरवलं. त्याच दिवशी तिच्या नावाने लखनऊ पोलीस मुख्यालयातून एक पाकीट स्पीड पोस्टने घरी आलं. लखनऊ पोलिसांत कोणीतरी तिच्या मोबाईल फोन नंबरच्या आधारे माहिती घेऊन तिच्या विरुद्ध फसवणुकीची तक्रार केली होती.

पोलिसांनी तिला समन्स बजावून प्रत्यक्ष हजर राहायला किंवा समाधानकारक उत्तर द्यायला सांगितलं होतं.

ते सर्व वाचून अवनी मटकन खालीच बसली. आतापर्यंत आई-बाबांना तिने हे सगळं सांगितलं नव्हतं. पण आता मात्र बाबांची मदत घ्यावीच लागणार होती.

तिचे बाबा ऑफिसमधून आल्यावर तिने हा सगळा घटनाक्रम त्यांना पहिल्यापासून सांगितला. तिचे बोलणे शांतपणे ऐकून घेत बाबांनी तिला धीर दिला आणि त्यांच्या वकील मित्राला कॉल करून त्यांचा सल्ला घेतला.

दुसऱ्या दिवशी अवनी आणि तिचे बाबा, ज्या मोबाईल गॅलरी मधून तिने ते प्रीपेड सिम कार्ड घेतले होते, तिथे गेले. तिथून त्यांनी प्रीपेड सिम कार्ड घेतल्यापासूनचे तिच्या नावाचे ॲक्टिवेशन सर्टिफिकेट मिळवले.

साधारणतः प्रीपेड सिम कार्ड वापरकर्त्यांने रिचार्ज न करता सिम कार्ड वापरणे बंद केले की कोणतीही मोबाईल कंपनी सहा महिने थांबून तो नंबर दुसऱ्या ग्राहकाला देते.

सहा महिन्यांपूर्वी हा नंबर कोणाच्या नावावर होता ? त्याच्याबद्दल कंपनीच्या कॉल सेंटर मध्ये काही चौकशी किंवा तक्रार करण्यात आली होती का ? ही सर्व माहिती अवनीच्या बाबांनी मोबाईल कंपनीला देण्यास सांगितले.

विलंबाने का असेना, पण त्या मोबाइल कंपनीने सर्व माहिती एका लिखित पत्राच्या स्वरूपात त्यांना पाठवली. त्या माहितीनुसार सहा-सात महिन्यांपूर्वी पर्यंत तो नंबर झारखंड मधील जामतारा येथील संतोष यादव नावाच्या व्यक्तीच्या नावावर होता. त्या नंबर बद्दल किमान वीस ते तीस वेळा मोबाईल कंपनीच्या कॉल सेंटरमध्ये चौकशी केली

गेली होती.

अवनीने मोबाईल कंपनी कडून मिळालेले एक्टिवेशन सर्टिफिकेट आणि वरील सर्व माहिती असलेले मोबाईल कंपनीचे अधिकृत पत्राच्या प्रती लखनऊ पोलीस मुख्यालयाकडून आलेल्या समन्सला उत्तर म्हणून पाठवून दिल्या. अवनीच्या बाबांनी मोबाईल कंपनीविरुद्ध वादग्रस्त नंबरचे सिमकार्ड दिल्याबद्दल ग्राहक मंचात तक्रार केली.

अवनी या संकटातून सुटली खरी.. पण तिला आणि तिच्या कुटुंबाला झालेला मनस्ताप विचारात घेऊन, ग्राहक न्यायालयाने मोबाईल कंपनीला अवनी आणि तिच्या कुटुंबीयांना नुकसान भरपाई देण्याचा आदेश दिला.

(सत्य घटनेवर आधारीत)

प्रिय वाचक,
अशी घटना दुर्मिळ असली तरीही प्रीपेड सिम कार्ड च्या बाबतीत घडण्याची शक्यता पोस्टपेड सिमकार्ड पेक्षा जास्त असते. त्यासाठी काही गोष्टींची काळजी घेणे जरूरी आहे.

-मोबाईल नंबर कारणाशिवाय शक्यतोवर बदलू नाही. त्याऐवजी सर्विसेस बद्दल किंवा स्पीड बद्दल तक्रार असल्यास पोर्टेबिलिटी सुविधा वापरावी.
-नवा नंबर घेतल्यास शक्य असल्यास ट्रूकॉलर किंवा मोबाईल सर्व्हिस प्रोव्हायडर कंपनीच्या ॲप वरून त्या नंबरचा जुना मालक शोधावा.
-प्रीपेड किंवा पोस्टपेड चे एक्टिवेशन सर्टिफिकेट डीलर कडून सिम कार्ड घेताना जरूर घ्यावे.
-नवीन घेतलेल्या नंबर वर आलेल्या कॉल्स बाबत आक्षेप किंवा शंका असल्यास जुन्या वापरकर्त्याची माहिती, आरटीआय (माहितीचा अधिकार) अंतर्गत मोबाईल कंपनीस देण्यास सांगावे.

12

स्पायह्युमन

"श्रेया ! अगं उठ ना !! सात वाजून गेलेत. तुला कॉलेजला नाही जायचं का?"

मम्मा च्या आवाजाने श्रेया जागी झाली.

"Shit यार !! अलार्म कसा नाही झाला ? की मलाच ऐकायला आला नाही??"

स्वतःशीच बोलत तिने मोबाईल उचलला. काही हालचाल दिसत नसलेला मोबाईलचा ब्लॅक स्क्रीन पाहून ती वैतागली. "हे काय ? रात्री झोपताना तर चांगला 79% चार्ज होता. आता पूर्ण डिस्चार्ज ??"

चार्जर शोधून तिने मोबाईल चार्जिंगला लावला आणि बाथरूममध्ये शिरली.

आवरून श्रेया बाहेर आली तरी, मोबाईल अजिबात चार्ज झाला नव्हता. त्याचा स्क्रीन पूर्णपणे डेड झाला होता. ती चांगलीच अस्वस्थ झाली.

"रिपेअरला टाकावा लागणार बहुतेक.."

ती मनाशी म्हणाली.

कॉलेज जवळच्याच एका मोबाईल शॉप मध्ये तिने मोबाईल रिपेअर करायला दिला. लगेच दुसऱ्या दिवशी मोबाइल रिपेयर होऊन तिला मिळाला. व्यवस्थित चालू होऊन मोबाईल परत मिळाल्या मुळे श्रेया

रिलॅक्स झाली. जेमतेम पाच इंचाच्या मोबाइलने आपलं आयुष्य किती व्यापून घेतलं आहे, याची जाणीव होऊन तिला गंमत वाटली.

तिने समीरला कॉल केला,
"हाय !!"
"अगं कुठे आहेस श्रेया ? मी काल तुला दहा पंधरा तरी कॉल्स केले असतील."
"अरे माझा सेलफोन आऊट ऑफ ऑर्डर होता. बोल, आज कुठे भेटायचं ??"
"ऐक ना, आई पप्पा दोन दिवस नात्यातल्या एका लग्नाला गेलेत. घरीच ये ना. मस्त पास्ता बनवतो तुझ्यासाठी. डिनर करूया सोबत."
"येते संध्याकाळी सात पर्यंत."

श्रेया जशी काही हवेत तरंगत घरी आली.
"मम्मा, निलूकडे जातेय, दहाच्या आत नक्की परत येईन." घरी येताच तिने जाहीर केले. नीलूला फोन करून आपला प्लान सांगायला मात्र ती विसरली नाही. न जाणो ममाने खात्री करून घेण्यासाठी तिला फोन केला तर... तिचं गुपित इतक्यात तिला उघड करायचं नव्हतं.

समीरला आवडणारा ब्लॅक अँड रेड वन पीस तिने अंगावर चढवला. डार्क रेड लीपस्टिक, आय लाइनर लावून लाईट मेकअप केला. कर्ल केलेल्या, मोकळ्या सोडलेल्या केसांना पुन्हा एकदा कोंब करून तिने ओला बुक केली आणि ती अपार्टमेंटच्या पायऱ्या उतरून खाली आली.

शहरातील पॉश लोकॅलिटी तील एका रो हाऊस समोर तिची टॅक्सी थांबली. मेन डोअर वरची बेल दाबताना तिच्या ह्रदयाचे ठोके वाढले होते. तिची वाटच बघत असल्यासारखं समीरने दार उघडलं.
"कसली मस्त दिसतेहेस.."
असं बोलून पटकन दार बंद करून, समीरने तिला जवळ घेतलं आणि तिला डायनिंग टेबलशी आणलं. तिथलं दृश्य पाहून श्रेया हरखून गेली.

डायनिंग रूममध्ये लाईट्स ऑफ करून पूर्ण अंधार केला होता. टेबलवर आकर्षक पद्धतीने कॅन्डल्स पेटवून ठेवल्या होत्या. त्याच्या बाजूला पास्ता, टॅकोज, पेस्ट्रीज नीट अरेंज करून ठेवले होते.

समीरने तिच्यासाठी एक खुर्ची ओढून तिला बसवलं आणि जवळच्या खुर्चीवर बसत तिचे हात हातात घेऊन म्हणाला, "खास तुझ्यासाठी युट्युब वर बघून रेड पास्ता बनवलाय..." हसत-खेळत दोघांनी डिनर एन्जॉय केलं आणि हॉलमध्ये येऊन बसले.

आज जवळजवळ महिन्याभराच्या अंतराने दोघं भेटले होते. समीरने श्रेयाला मिठीत घेतलं आणि तिच्या ओठांवर ओठ टेकले. तिनंही त्याला प्रतिसाद देत त्याच्या ओठांना डीप किस केलं. साडेनऊ कधी वाजले दोघांनाही कळलं नाही.

"समीर मला जायला हवं. मम्माला दहाच्या आत यायचं कबूल केलंय."
"चल, मी तुला घरी सोडतो."
"ओके.. ए.. एक सेल्फी घेऊया ना..."
असे म्हणून श्रेयाने त्याच्या चेहऱ्याला आपला चेहरा भिडवून स्वतःच्या मोबाईलमध्ये दोन-तीन सेल्फी घेतले.

****

दुसऱ्या दिवशी पहाटे अलार्मच्या आधीच श्रेयाला जाग आली. सहज म्हणून साईड टेबल वर ठेवलेला मोबाईल तिनं हातात घेतला. व्हाट्सअप ओपन करून मेसेज बघत असताना एका अनोळखी नंबर वरून आलेल्या मेसेज कडे तिचं लक्ष गेलं. तिने मेसेज ओपन केला.

मॅडम,
सोबतचे फोटो सोशल मीडियावर व्हायरल करायचे का?? तशी इच्छा नसल्यास फक्त रुपये 10000/- या गुगल पे नंबरवर पाठवा.

मेसेज सोबत असलेले फोटो तिने डाउनलोड केले आणि ती ताडकन अंथरुणात उठून बसली. ते काल रात्री तिने तिच्या मोबाईलवरून काढलेले समीरबरोबरचे सेल्फी फोटोग्राफ्स होते.

श्रेयाला समजत नव्हतं, की तिच्या मोबाईलवरून तिनंच काढलेले तिचे आणि समीरचे सेल्फीज अजून तिनं समीरला देखील शेअर केले नाहीत, मग ते या माणसाकडे कसे काय आले? नक्कीच तिचा फोन कोणीतरी हॅक केला आहे, हे कळायला तिला उशीर लागला नाही. आता एकतर या चेहरा नसलेल्या हॅकरला दहा हजार देऊन मोकळं व्हायचं आणि फोन फॅक्टरी रिसेट करायचा किंवा त्याला शोधून काढायचं. हे दोन पर्याय तिच्यासमोर होते.

तिने समीरला कॉल करून सगळं काही सांगितलं. समीर कॉम्प्युटर इंजिनीअरिंगच्या शेवटच्या वर्षाला होता आणि त्याच्या कॉलेजमधल्या इथिकल हॅकिंग अँड सायबर सेक्युरिटी क्लबचा मेंबर होता. त्यामुळे त्याच्या लगेच लक्षात आलं की कुठलेतरी स्पायवेअर टाकून श्रेयाचा मोबाईल कोणीतरी हॅक केलाय.

"श्रेया मला एक सांग, गेल्या दोन-तीन दिवसांत तू तुझा मोबाईल कोणाला काही कारणाने दिला होतास का?"
"अरे हो... कालच माझा मोबाईल मी कॉलेजजवळच्या मोबाईल शॉप मधून रिपेअर करून आणलाय."
"मोबाईल रिपेअर करणा-याचंच हे काम असणार.. दहा वाजता त्या मोबाईल शॉपवर पोहोच, मी तिथे येतो."
"ओके समीर, मी पोहोचते तिथे दहा वाजेपर्यंत."

दहा सव्वादहाच्या सुमारास श्रेया त्या मोबाइल शॉपवर पोहोचली. शॉपच्या बाहेरच तिला समीर आणि अंकित भेटले. अंकित एक सर्टिफाइड इथिकल हॅकर होता. तो समीरचा मित्र आणि त्याच्या

कॉलेजच्या सायबर सेक्युरिटी क्लब मधला इन्स्ट्रक्टर होता.

तिघं मिळून त्या मोबाईल शॉपमध्ये आले.
"काल तुम्ही या मॅडमचा मोबाईल रिपेअर करून दिला होता..."
समीरने काउंटरवर बसलेल्या व्यक्तीला म्हटले.
"हो सर, परत काही प्रॉब्लेम आलाय का?"
"फारच मोठा प्रॉब्लेम आलाय. तो फोन कोणी रिपेयर केलाय?"
"रफिक..."
त्याने आवाज दिल्याबरोबर एक २४-२५ वर्षांचा व्यक्ती समोर आला.
"रफिक फोन रिपेरिंगचे काम एकटाच बघतो. तुमचा प्रॉब्लेम सांगा त्याला."
असे म्हणून तो इतर कस्टमर्स कडे वळला.
श्रेया, समीर आणि अंकित रफिक सोबत शॉपच्या आतल्या बाजूला आले. तिथं काही मोबाईल ओपन करून ठेवले होते.

"कुठलं स्पायवेअर टाकलं तू या मॅडमच्या मोबाईल मध्ये?" समीरने रफिकला दरडावून विचारलं.
रफिक गडबडला.
"मैने ? मैने कुछ नही किया.."
"कुछ नही किया ? श्रेया मोबाईल अनलॉक करून माझ्याजवळ दे."
अंकित म्हणाला. श्रेयाने मोबाईल त्याच्या हातात दिला.
"ये देख वाय-फाय नाम का जो अँप मोबाइल मे है, वो तूने रिपेयर करने के बाद डाला है. हमे क्या उल्लू समज रखा है? चल मोबाईल दिखा तेरा.."
"दुकान मे क्यो सीन क्रीएट कर रहे हो सर? मैने कुछ नही किया है."
"मोबाईल देता है या दो चार जडा दु ? "
समीरने त्याला धमकावत, त्याची कॉलर पकडत म्हटलं. त्याने निमुटपणे त्याचा मोबाईल अंकितकडे दिला.

अंकितने रफिकचा मोबाईल चेक केला, तेव्हा त्यात स्पायहयूमन नावाचं स्पायवेअर ॲप आढळून आलं. त्यात श्रेयाचाच नाही तर इतरही काही

मुलींचे फोन हॅक करून क्लोन केलेले दिसले. रिपेअर साठी आलेल्या, विशेषत: मुलींच्या मोबाईल फोनमध्ये रफीक स्पायह्यूमन नावाचे ॲप इंस्टॉल करायचा. हे ॲप दुसऱ्या नावाने त्या मुलींच्या मोबाईल मध्ये दिसायचे. कुठले तरी बिल्टइन ॲप असणार असे वाटून बहुतेकांनी त्याकडे दुर्लक्ष केले असणार. या ॲपद्वारे रफिक त्या मुलींचे फोन हॅक करून, क्लोन करून ठेवायचा. त्यामुळे त्या फोनवरचे इन्कमिंग, आउटटगोईंग कॉल्स, एसेमेस, व्हाट्सअप, फेसबुक, गुगल पे सारखे यूपीआय सगळं ऍक्सेस करून त्यांना ब्लॅकमेल करायचा आणि त्यांच्याकडून पैसे उकळायचा. या ॲपद्वारे एक दोघींच्या बँक अकाउंट मधून त्याने पैसेसुद्धा काढले होते.

स्पायह्यूमन हे ॲप हॅकर त्यांच्या लॅपटॉप किंवा मोबाईलवर त्याचसोबत ज्याचा फोन हॅक करायचा आहे त्याच्या मोबाईल फोनवर इन्स्टॉल करतात. Victim च्या फोनवर ते सेक्युर्ड सर्विस किंवा वाय-फाय या नावाने ॲप्सच्या लिस्ट मध्ये दिसते. स्पायह्यूमन द्वारे हॅकर मोबाईल फोनचा पूर्ण ताबा घेऊ शकतात. म्हणजेच मोबाईल फोनचा क्लोन करू शकतात. विक्टिमचे लोकेशन, फोटो गॅलरी, एसेमेस, व्हाट्सअप, फेसबुक सगळे त्यांना ॲक्सेस करता येते. त्याद्वारे ब्लॅकमेल करणं, आर्थिक फसवणूक करणं आणि गोपनीयता भंग करणं हे उद्योग करतात. काही लोक त्याला बळी पडतात. मात्र श्रेया सारखे काही सजग, सतर्क लोक त्यांचे काळे कारनामे उघडकीस आणतात.

रफिकने फसवलेल्या इतरही काही मुलींना अंकितने गाठलं आणि रफिक विरुद्ध कंप्लेंट देण्यास तयार केलं. श्रेया तसेच इतर काही मुलींचे फोन आणि रफिकचा फोन पुरावा म्हणून सादर केला. रफिकला इंडियन आयटी 2000 ऍक्ट च्या कलम 66 आणि कलम 67 नुसार पाच वर्षांची जेल आणि एक लाख रुपये दंड ठोठावण्यात आला.

आपला मोबाईल फोन,

[ ] विनाकारण वेगाने डिस्चार्ज होत असेल,

[ ] जास्त गरम होत असेल,

[ ] डेटाचा वापर तुम्ही न वापरताही जास्त होत असेल,

[ ] अनपेक्षित पॉपअप किंवा ब्राउझर हिस्टरी दाखवत असेल,

[ ] विनाकारण हँग होत असेल,

[ ] इन्कमिंग-आउटगोईंग कॉल्स च्या वेळेस बॅकग्राउंडला काही आवाज जाणवत असतील,

तर नक्कीच हॅक झाला आहे असे समजावे आणि फॅक्टरी रीसेट करावा.

काही पॉप्युलर ॲप्स देखील आपला मोबाईल फोन स्पाय करतात, म्हणून काही गोष्टींची विशेष काळजी घ्यावी.

[ ] युवावर्गाने अंतरंग क्षणांचे फोटो मोबाईलवर ठेवू नयेत.

[ ] फार कोणावरही विश्वास ठेवून त्याला खाजगी माहिती, फोटो, पासवर्ड वगैरे शेअर करू नये.

[ ] आपला फोन कोणाच्याही हातात देऊ नये.

[ ] मोबाईल फोन पासवर्ड /पिन /पॅटर्न ने लॉक करावा.

[ ] रिपेअर करायला दिल्यास शक्य असल्यास इरेज करून द्यावा आणि रिपेअर होऊन आल्यावरही फॅक्टरी रीसेट करून वापरावा.

13

स्मार्ट इन्व्हेस्टमेंट ॲप

सकाळची कामं आटोपल्यावर मयुरीने मोबाइलवर फेसबूक उघडले. रीतेशची फ्रेंड रिक्वेस्ट होती. लगेच तिने Confirm बटन दाबून रिक्वेस्ट accept केली आणि उत्सुकतेने रीतेशचे प्रोफाइल पाहू लागली. फोटोत दिसणारा, आलिशान बंगल्यासमोर, होंडा सिटी कारसोबत उभा असलेला रीतेश पाहून तिच्या काळजात कळ उठली. दहा वर्षांपूर्वीचे दिवस तिला आठवले. नाशिक मधील एका नामांकित कॉलेजमध्ये बीएससीच्या शेवटच्या वर्षात शिकणारी मयुरी, आपल्या सौंदर्य आणि हुशारीमुळे बऱ्याच मुलांची ड्रीम गर्ल होती. त्यातीलच एक होता रीतेश.

मयुरीला देखील रितेश खूप आवडायचा. पण बीएससी झाल्यावर पुढच्या शिक्षणासाठी रितेश पुण्याला निघून गेला आणि तिचा त्याच्याशी असलेला संपर्क तुटला. त्यानंतर दोन वर्षांनी मयुरीचे लग्न होऊन ती मुंबईत आली. मुंबईतील एका नामांकित कंपनीत मयुरीचा नवरा फार्मासिस्ट म्हणून कार्यरत होता. त्यांच्या लग्नाला आठ वर्ष झाली होती आणि त्यांना इरा नावाची एक पाच वर्षांची गोंडस मुलगी होती. दुपारी फावल्या वेळात मयुरी आसपासच्या आठ-दहा मुलांची ट्युशन घेत असे. मयुरी तिच्या संसारात सुखी होती. पण म्हणतात ना, पहिलं

प्रेम सहजासहजी विसरलं जात नाही. तसंच तिचं रितेशच्या बाबतीत झालं होतं. म्हणूनच आज त्याची फ्रेंड रिक्वेस्ट तिने लगेचच एक्सेप्ट केली.

त्याच्या आकर्षक फेसबुक प्रोफाईलवरून आणि त्यावरील त्याने टाकलेल्या फोटोंवरून रितेशच्या आर्थिक सुबत्तेचा सहज अंदाज येत होता. फेसबुक वरील त्याच्या आलिशान घराचे, उंची कपडे घातलेल्या बायको आणि मुलाचे, त्यांच्या युरोप टूरदरम्यानचे फोटो मयुरी पाहतच होती तेवढ्यात रितेशचा मेसेज आला,

"हाय मयुरी ! कशी आहेस ? मुंबईत कुठे रहातेस ?"
"हाय रितेश ! मी मजेत आहे. दादर इस्टला राहते. तू कुठे असतोस? काय करतोस ?"
"मी पुण्यात आहे. माझी स्वतःची इन्व्हेस्टमेंट कन्सल्टन्सी आहे."

रितेश सोबतच्या गप्पांत मयुरीचा अर्धा-पाऊण तास मजेत गेला. रोज सकाळची कामं संपल्यावर त्याच्यासोबत चॅटिंग करणं, तिचा परिपाठ झाला. एकदा चॅटिंग करताना त्याने तिला विचारलं,
"तु कधी शेअर्समध्ये पैसे इन्व्हेस्ट केले आहेत का ?" "नाही. अजून तरी नाही." मयुरी ने उत्तर दिले.
"मी गेली पाच वर्षे शेअर्समध्ये गुंतवणूक करतोय. पाच हजार रुपयां पासून सुरुवात केली होती. आज माझ्या जवळील शेअर्स ची मार्केट व्हॅल्यू दीड कोटी आहे."
रितेशने असे सांगताच मयुरीचे डोळे विस्फारले.
"तुला शेअर्समध्ये पैसे इन्व्हेस्ट करायचे आहेत का ? मी तुला गाईड करू शकतो."

मयुरीने थोडा विचार केला. रितेश इन्व्हेस्टमेंट कन्सल्टन्ट आणि तिचा जुना मित्र असल्यामुळे त्याच्यावर विश्वास ठेवायला हरकत नाही, असे तिला वाटले.

"सुरुवातीला किती पैसे गुंतवावे लागतील ?"

"माझ्याजवळ एक आर्टिफिशिअल इंटेलिजन्स बेस्ड स्मार्ट इन्व्हेस्टमेंट ॲप आहे. मी त्याची लिंक तुला पाठवतो. ते मोबाईल वर इन्स्टॉल कर. ॲपमध्ये काही पैसे डिपॉझिट केल्यावर ते पैसे योग्य त्या शेअर्स मध्ये ऑटोमॅटिकली इन्व्हेस्ट केले जातात. त्यात पहिल्यांदा एक हजार रुपये डिपॉझिट कर. दोन तीन दिवसांनी त्यांची व्हॅल्यू चेक कर. ते नक्कीच वाढलेले असतील. नंतर तुला वाटलं तर तू अजून डिलिंग करू शकतेस."

पाठोपाठ फेसबूक मेसेंजर मध्ये स्मार्ट इन्व्हेस्टमेंट ॲपची लिंक रितेशने मयुरीला पाठवली. मयुरीने विचार केला, ॲप इन्स्टॉल करून थोडे पैसे डिपॉझिट करून पाहू, वाढले तर अजून डिपॉझिट करू,नाहीतर ॲप काढून टाकू. त्याप्रमाणे ॲप इन्स्टॉल करून तिने आपल्या बँक अकाउंटला लिंक केले आणि सुरुवातीला पाचशे रुपये ॲपमध्ये डिपॉझिट केले.

दोन दिवसांनी ॲप उघडून पाहिल्यावर मयुरीला दिसले, तिच्या पाचशे रुपयांच्या शेअर्सची किंमत बाराशे रुपये झाली आहे. तिला फार आनंद झाला. तिने अजून दोन हजार रुपये ॲपमध्ये डिपॉझिट केले. दोन-तीन दिवसांनी त्याचे देखील पाच हजार रुपये झाले. मग मयुरीने एकदम दहा हजार रुपये गुंतवले. पाचच दिवसात त्या दहा हजारांचे सत्तर हजार झाले.

उत्साहात येऊन मयुरी ने चार महिन्यांपूर्वीच केलेली एफ डी मोडून पाच लाख रुपये त्या स्मार्ट इन्व्हेस्टमेंट ॲपमध्ये डिपॉझिट केले. ते पैसे वेगवेगळ्या, योग्य त्या शेअर्स मध्ये इन्व्हेस्ट झाल्याचा मेसेज ॲपकडून तिच्या मोबाईलवर आला. आठवडाभरातच त्याचे चक्क साडेसात लाख रुपये झालेले दिसले. आता ॲपवर एकूण आठ लाख सव्वीस हजार दोनशे बॅलन्स दिसत होता.

मयुरीने सगळे पैसे आपल्या बँक अकाउंटला ट्रान्सफर करण्याचे ठरवले.

त्याप्रमाणे तिने ॲपमधील ट्रान्सफर टू बँक अकाउंट हे ऑप्शन सिलेक्ट केले. पण.....काही परिणाम झाला नाही. तिचे पैसे तिच्या बँक अकाउंटला ट्रान्सफर झाले नाही. तिने दोन-तीनदा आणखी प्रयत्न केला. पण..... ते ॲप ब्लॉक झाले.

मयुरीने रितेशला कॉल करण्याचा प्रयत्न केला, पण 'हा नंबर बंद आहे ' असाच मेसेज वारंवार येत राहीला.
तिने मेसेंजरवर जाऊन देखील त्याला मेसेज टाकला. पण बराच वेळ झाला तरी त्याच्याकडून कुठलाही रिप्लाय आला नाही.

मयुरीच्या तोंडचे पाणी पळाले. कारण ही सगळी गुंतवणूक तिने महेशला, तिच्या नवऱ्याला न विचारता केली होती. तिच्या अकाऊंटमध्ये आता जेमतेम पाचशे रुपये उरले होते. तिचे पाच लाख बारा हजार पाचशे रुपयांचे नुकसान झाले होते. एका मध्यमवर्गीय कुटुंबासाठी हे मोठेच नुकसान होते.

****

सायबर गुप्तहेर दामिनी तिच्या ऑफिसमध्ये लॅपटॉप समोर बसली होती. सायबर स्टॅकिंगच्या एका हाय प्रोफाईल केस वर सध्या ती काम करत होती. कांचना राणावत नावाच्या प्रसिद्ध बॉलिवूड अभिनेत्रीला इमेलवर आणि व्हाट्सअप वर जीवे मारण्याच्या कोणीतरी वारंवार धमक्या देत होतं. कांचनाने दामिनीला भलीमोठी फी देऊन हे सर्व कोण करत आहे हे शोधून काढायला सांगितलं होतं.

दामिनी पंडित....तिने बेंगलोर आयआयआयटीमधून कम्प्युटर सायन्स मध्ये बीटेक झाल्यावर मोठ्या पॅकेजच्या नोकऱ्या नाकारून, स्वतःची सायबर सिक्युरिटी फर्म उभी केली होती. आज ती मुंबईतीलच नव्हे तर संपूर्ण महाराष्ट्रातील प्रसिद्ध सायबर गुप्तहेर म्हणून गणली जात

होती. खरंतर हेरगिरीचे बाळकडू प्रथमपासूनच तिला मिळालं होतं. तिची आई राधा पंडित महाराष्ट्रातील पहिली स्त्री गुप्तहेर होती. तिच्या पूर्वजांनी सतराव्या शतकात शिवाजी महाराजांसाठी यशस्वी हेरगिरी केली होती. दामिनीची बहिण यामिनी ही भारतीय गुप्तचर संस्था रॉ मध्ये गुप्तहेर म्हणून कार्यरत होती.

दामिनी कामात बुडालेली असताना तिचा फोन वाजला फोनवरील स्त्री चिंतित वाटत होती.

"हॅलो....मी मयुरी पाटील बोलतेय. जस्ट डायल वरून तुमचा नंबर मिळाला...."
" बोला मॅडम मी तुमची काय मदत करू शकते ?"
मयुरीने सर्व घटना दामिनीला सांगितली आणि ही केस लवकरात लवकर सोडवण्यासाठी विनंती केली. खरंतर दामिनीला नव्या केसेससाठी अजिबात वेळ नव्हता. पण मयुरीच्या बोलण्यातील आर्जव आणि केसमधील चॅलेंज पाहून तिने केस सॉल्व करायचे ठरवले.

" मॅडम तुम्ही जो मोबाईल वापरून चाट करत होतात आणि ज्यावर तुम्ही ते ॲप इन्स्टॉल केलं आहे, तो घेऊन ताबडतोब माझ्या ऑफिसमध्ये येऊ शकाल का?"
" हो...एक तासाभरात पोहोचते."
" त्या अगोदर रितेशच्या फेसबुक प्रोफाईलची लिंक आणि त्याने दिलेला मोबाईल नंबर मला पाठवा मी माझे काम सुरु करते."

मयुरीने पाठवलेली रितेशच्या फेसबुक प्रोफाईलची लिंक दामिनीने उघडली आणि बारकाईने तपासली. प्रोफाइल रितेश पवार या व्यक्तीचेच वाटत होते. पण प्रोफाइलच्या वॉलवर गेल्या दोन वर्षांपासून कुठलाही मेसेज नव्हता. ही बाब दामिनीला खटकली, म्हणून तिने आर्टिफिशिअल इंटेलिजन्स वर आधारित ओपन सोर्स इंटेलिजन्स टूल वापरून रितेश पवार या व्यक्तीबद्दल अधिक माहिती मिळवण्याचा

प्रयत्न केला. या टूलद्वारे एखाद्या व्यक्तीचा संपूर्ण डेटा मिळवता येऊ शकतो. त्यावरून एक धक्कादायक सत्य समोर आले. रितेश पवार याचा दोन वर्षांपूर्वी इलेक्ट्रिक शॉक लागून मृत्यू झाला होता. पेपर मधील या बातमीची लिंक दामिनीच्या समोर होती.

फेसबूक अकाउंट रितेश पवारचेच होते पण हे अकाउंट कोणीतरी हॅक करून स्वतःला रितेश असल्याचे भासवत होते. आता हे अकाउंट ऑपरेट करणारे कोण होते ? हे शोधून काढायला हवे होते. त्यासाठी ती व्यक्ती ऑनलाईन येणे गरजेचे होते.

तासा-दीड तासात मयूरी दामिनीच्या ऑफिसला पोहोचली. दामिनीने तिला रितेशच्या मृत्यूची बातमी दाखवताच तिला जोरदार धक्का बसला. त्या धक्क्यातून सावरायला तिला वेळ लागला. दामिनीने तिचा मोबाईल लॅपटॉप ला कनेक्ट करून त्यावरील स्मार्ट इन्व्हेस्टमेंट ॲप तपासले. ते ॲप बँक अकाउंटला लिंक होऊ शकत असले तरी ते एक पूर्णपणे नकली, फेक ॲप होते. शेअर मार्केटशी त्याचा कुठलाही संबंध नव्हता. त्याच्यात दिसत असणारे आकडे देखील आभासी होते. नीट तपासल्यावर दामिनीच्या लक्षात आले, की ॲपच्या द्वारे हॉंगकॉंगच्या एका बँक मध्ये पैसे ट्रान्सफर झाले होते.

"रितेश पवारचे अकाउंट हॅक करून स्वतःला रितेश भासवून तुमची फसवणूक करणारी व्यक्ती कोण आहे ? हे आता आपल्याला शोधून काढायला हवे." दामिनीने म्हटले, "त्यासाठी तुम्ही त्याला माझ्या लॅपटॉप वरून मेसेज करून बघा. तो ऑनलाइन येणं गरजेचं आहे, म्हणजे त्याचा आयपी एड्रेस आपण मिळवू शकतो."

मयुरीने दामिनीच्या लॅपटॉपवर तिचे फेसबुक अकाउंट लॉगिन करून रितेशला मेसेज पाठवला, "हाय रितेश ! तू पाठवलेले ॲप फॅन्टॅस्टिक आहे. मला अजून काही पैसे गुंतवायचे आहेत, पण ॲप सध्या काम करत नाहीये. तू त्याची लिंक परत एकदा पाठवशील का?"

त्यांना फार वेळ वाट पहावी लागली नाही. तीन-चार मिनिटातच रितेशच्या अकाउंटवरून मयुरीच्या मेसेजला उत्तर आले, "किती पैसे गुंतवणार आहेस ? ॲप ची लिंक पाठवत आहे." त्यासोबत ॲपची लिंक होती.

दामिनीने लॅपटॉप वरील इतर सगळ्या विंडोज बंद करून कमांड प्रॉम्प्ट वर netstat कमांड दिली आणि आय पी ऍड्रेस मिळवला. नंतर फेसबुकला एक रिक्वेस्ट ई-मेल पाठवून या आयपी ॲड्रेसवरून लॉगिन होणाऱ्या युजरची माहिती देण्याची विनंती केली.

नकली रितेशने दिलेला मोबाईल नंबर कोणाच्या नावे अस्तित्वात आहे, हे तपासल्यावर तो मोबाईल रितेशच्या नावांवरच असल्याचे कळले. याचा अर्थ फसवणूक करणारी व्यक्ती ही रितेशला आणि मयुरीला नक्कीच ओळखणारी असली पाहिजे. रितेशचे आयडी प्रूफ आणि फेसबुक अकाउंट पासवर्ड ही त्याला माहीत असले पाहिजे. आयडी प्रूफ द्वारे त्याने तो मोबाईल नंबर मिळवला असावा.

"उद्यापर्यंत फेसबुक कडून उत्तर येणे अपेक्षित आहे. मगच या सायबर गुन्हेगाराचा पत्ता लागेल."
दामिनीने मयुरीला सांगितले.
"पण ....मला माझे पैसे परत मिळतील का ?"
"मॅडम, पैसे हॉगकॉग च्या बँकेत ट्रान्सफर झाले आहेत. त्यामुळे थोडं कठीण दिसतंय. पण या गुन्हेगाराचा माग लागल्यावर काय ते कळेल."

दामिनीचा फोन आल्यावर उद्या परत यायचे ठरवून मयुरी तिथून निघाली.

दुसऱ्या दिवशी मयुरी दामिनीच्या ऑफिसमध्ये तिच्यासमोर बसली होती. दामिनीने दिलेल्या आयपी ॲड्रेस वरून लॉगिन होणाऱ्या व्यक्तीचे

डिटेल्स फेसबुकच्या सपोर्ट सेंटरने पाठवले होते. ही व्यक्ती रितेशच्या अकाऊंट सोबतच अजून एका अकाउंट वरून लॉगिन झालेली दिसत होती. ते फेसबूक अकाउंट दीपक चौधरी नावाच्या व्यक्तीचे होते. मयुरीला ते नाव आणि प्रोफाईल पाहून दुसरा धक्का बसला. दीपक सुद्धा कॉलेजला तिच्यासोबत होता आणि रितेशचा जवळचा मित्र होता. अभ्यासात फारसा हुशार नसलेला दीपक नसते उपद्व्याप करण्यात मात्र पुढे होता. पण त्याने एवढी मोठी फसवणूक केली याचे मयुरीला आश्चर्य वाटत होते.

दामिनीने सांगितल्याप्रमाणे मयुरीने दीपक विरुद्ध सायबर सेलला कंप्लेंट रजिस्टर केली. दिपक पकडला गेला. त्याने आपला गुन्हा कबूल केला आणि गजाआड झाला. मयुरीचे आणि त्याने फसवलेल्या आणखी काही लोकांचे पैसे देखील परत मिळाले.

{ कलम 379: जर एखाद्या व्यक्तीने इलेक्ट्रॉनिक किंवा प्रत्यक्ष चोरी केली, तर त्याला या कलमाच्या तरतुदींनुसार तीन वर्षांपर्यंत कारावासाची किंवा दंडाची किंवा दोन्हीची शिक्षा आहे. }

14

फोटो मॉर्फिंग

रविवारची मस्त सकाळ. खिडकीतून आत येणाऱ्या गार वाऱ्याने दामिनी ला जाग आली. तिने साईड टेबल वर ठेवलेला मोबाईल उचलून वेळ पाहिली. पावणे सात झाले होते. तास-दीड तास अजून झोप काढावी, या विचाराने पायाशी पडलेली चादर तिने अंगावर ओढून घेतली. पुन्हा झोपायचा प्रयत्न करत असतानाच, मोबाईलची रिंग वाजली.

"हॅलो !" आळसावल्या आवाजात दामिनी ने प्रतिसाद दिला.
"हॅलो ! मिस दामिनी पंडित बोलत आहात का?"
"होय...मी दामिनी.."
"मी अजय देशमुख, मी तुम्हाला लगेच भेटू शकतो का ? केंव्हा येऊ तुमच्या ऑफिसला ?"
पलिकडून अधीर आवाजात विचारणा झाली.
"तासाभरात ऑफिसला पोहोचते मी. पत्ता लिहून घ्या.."
"मला तुमचे ऑफिस कुठे आहे ते माहित आहे मॅडम.. मी तासाभरात पोहोचतो."
एवढे बोलून त्याने फोन बंद केला.

दामिनी अंगावरची चादर भिरकावून देत उठली. भराभर आवरून ती तयार झाली. मस्त आलं घालून तिने स्वतःसाठी चहा केला. ब्राऊन ब्रेड

च्या दोन स्लाईसना चीज स्प्रेड फासून तिने प्लेटमध्ये ठेवले. चहाचा मग आणि प्लेट घेऊन ती गॅलरीत आली. तिथल्या केन चेअर वर बसून समोरच्या टेबलवर प्लेट ठेवून ती चहाचा आस्वाद घेऊ लागली.

दामिनी पंडित....तिने बेंगलोर आयआयटीमधून कम्प्युटर सायन्स मध्ये बीटेक झाल्यावर मोठ्या पॅकेजच्या नोकऱ्या नाकारून, स्वतःची सायबर सिक्युरिटी फर्म उभी केली होती. आज ती मुंबईतीलच नव्हे तर संपूर्ण महाराष्ट्रातील प्रसिद्ध सायबर गुप्तहेर म्हणून गणली जात होती. खरंतर हेरगिरीचे बाळकडू प्रथमपासूनच तिला मिळालं होतं. तिची आई राधा पंडित महाराष्ट्रातील पहिली स्त्री गुप्तहेर होती. तिच्या पूर्वजांनी सतराव्या शतकात शिवाजी महाराजांसाठी यशस्वी हेरगिरी केली होती. दामिनी ची बहिण यामिनी ही भारतीय गुप्तचर संस्था रॉ मध्ये गुप्तहेर म्हणून कार्यरत होती.

मेन डोअरचे लॅच लावून, लिफ्टने पार्किंग मध्ये येऊन, दामिनीने आपली वॅगन-आर बाहेर काढली आणि ती ऑफिसकडे निघाली. तिच्या फ्लॅट पासून अवघ्या दहा मिनिटांच्या अंतरावर तिचे ऑफिस होते. रविवार असल्याने रस्त्यांवर तुरळक गर्दी होती. ऑफिसच्या बिल्डिंग पाशी गाडी पार्क करताना चाळीस पंचेचाळीशी चे एक गृहस्थ अस्वस्थपणे उभे असलेले तिला दिसले. अंदाजानेच तिने तो अजय देशमुख आहे हे ओळखलं.

"गुड मॉर्निंग मॅडम !"
"गुड मॉर्निंग !!!"
तिच्या मागोमाग अजय ऑफिसमध्ये आला.
दामिनीने अजयला खुर्चीत बसण्यास सांगितले आणि स्वतः टेबला मागच्या खुर्चीत स्थानापन्न झाली.
"बोला मिस्टर अजय, कशाच्या संदर्भात मला भेटायला आलात ते सविस्तर सांगा."

" मॅडम मी एक चार्टर्ड अकाउंटंट आहे. मलबार हिल् ला माझा फ्लॅट आहे. तिथे मी आणि माझी मुलगी श्रेया राहतो. श्रेयाच्या आईचे, म्हणजेच माझ्या पत्नीचे पाच वर्षांपूर्वी कॅन्सरने निधन झाले. काल...काल रात्री श्रेयाने हाताच्या नसा कापून घेऊन आत्महत्येचा प्रयत्न केला. मी वेळीच तिथे पोहोचलो म्हणून तिला वाचवता आले. रात्री तिला हॉस्पिटल ला अॅडमिट केले. सुदैवाने जखमा फारशा खोल नाहीत, त्यामुळे ती एक दोन दिवसांत घरी येईल. कोणीतरी व्हाट्सअॅप वर तिचे मॉर्फ केलेले आक्षेपार्ह फोटो पाठवून आणि व्हॉइस कॉल करून गेल्या तीन महिन्यांपासून रोजच तिला ब्लॅकमेल करत आहे. तो ताण असह्य होऊन तिने हे पाऊल उचलले. माझी अशी अपेक्षा आहे की तुम्ही या ब्लॅकमेलर ला शोधून काढावे."

"ओके...मी माझे काम सुरू करते, त्यासोबतच तुम्ही सायबर पोलिस स्टेशनला एफआयआर द्या...लगेच... आणि त्याची एक कॉपी मला पाठवा. दुसरे म्हणजे तिचा फोन मला इन्वेस्टीगेशन साठी लागेल. तुम्हाला आणि तिला कोणावर संशय असल्यास त्या सगळ्यांची नावे आणि फोन नंबर मला द्या."

अजय देशमुख पूर्ण तयारीनिशी आले होते. त्यांनी लगेच श्रेयाचा मोबाईल फोन दामिनी समोर ठेवला.
"मॅडम मी लगेच सायबर पोलीस स्टेशनला जाऊन एफआयआर देतो, तुम्हाला त्याची कॉपी आणि संशयित लोकांची यादी श्रेया शी बोलून पाठवतो."

दामिनी ने सर्वात आधी श्रेयाचा मोबाईल चेक करायला घेतला. व्हाट्सअप वर ज्या नंबर वरून फोटो पाठवले गेले होते आणि ज्या दोन तीन नंबर्स वरून व्हॉइस कॉल केले गेले होते ते सगळे नंबर्स तिने नोट डाऊन करून घेतले. ट्रू कॉलर, हूकॉल्समी, ट्वीलीओ यासारख्या वेगवेगळ्या ओपन सोर्स टूल्स वापरून हे सगळे नंबर्स कोणाच्या नावे रजिस्टर आहेत हे ती पाहू लागली सगळे नंबर्स वेगवेगळ्या नावाने

रजिस्टर होते. काही नंबर्स चे लोकेशन सिंगापूर तर काहींचे इंडोनेशिया दिसत होते. व्ही पी एन (व्हर्च्युअल प्रायव्हेट नेटवर्क) वापरल्यास फोन नंबर्स चं लोकेशन बदलू शकतं हे तिला माहीत होतं. अशा केसेसमध्ये गुन्हेगार आसपासचे, परिचीत असतात हे तिच्या आतापर्यंतच्या अनुभवाने तिला माहित झाले होते. एकंदरीत नंबर ट्रेसिंगचा फारसा उपयोग होणार नव्हता.

अजय ने चार-पाच संशयितांची नावे, त्यांचे फोन नंबर आणि एफआयआर ची कॉपी तिला पाठवली होती. सायबर पोलिसांच्या कॉल सेंटरला संपर्क करून तिने सगळ्या संशयितांची नावे आणि फोन नंबर्स पाठवून दिले. संध्याकाळपर्यंत या सर्व संशयितांना अॅडव्हर्टायझिंग च्या बहाण्याने फोन करून त्यांच्या आवाजाचे रेकॉर्डिंग तिला मिळणार होते. श्रेयाच्या फोनवर तिने कॉल रेकॉर्डिंग चे अॅप इन्स्टॉल केले. म्हणजे ब्लॅकमेलर चा कॉल आल्यास तिला त्याचा आवाज रेकॉर्ड करता येणार होता.

तिच्या अपेक्षेप्रमाणे दुपारी श्रेया च्या फोनवर व्हाट्सअप व्हॉइस कॉल आला.
"हॅलो श्रेया ! अजूनही विचार कर, फक्त एकदा माझ्यासोबत ये...खूप मजा करू... अजूनही तू ऐकत नसशील, तर मी पाठवलेले तुझे फोटो पोर्न साईटस् वर अपलोड करेन. मग तू कोणालाही तोंड दाखवायच्या लायकीची राहणार नाहीस.... फक्त एकदा माझ्यासोबत...."

दामिनी ने रेकॉर्डर चालू ठेवला होता. त्यामुळे त्याचे बोलणे रेकॉर्ड झाले. व्हॉइस कॉल चे लोकेशन सिंगापूर असे येत होते. ब्लॅकमेलर वीपीएन वापरतो आहे आणि तो या विषयातला चांगलाच जाणकार आहे, हे दामिनीच्या लक्षात आले. तिच्या दृष्टीने हा एक मोठा पुरावा होता.

संध्याकाळी कॉल सेंटर कडून तिला सर्व संशयितांचे रेकॉर्डिंग मिळाले. पण त्यापैकी कोणाचाही आवाज ब्लॅकमेलर च्या आवाजाशी मिळत

नव्हता. ब्लॅकमेलर च्या आवाजातील रेकॉर्डिंग दामिनीने अजयला पाठवून श्रेयाला पुन्हा ऐकवण्यास सांगितले. पण श्रेया स्पष्टपणे काही सांगू शकत नव्हती. कदाचित आवाज बदलण्यासाठी तो कुठल्यातरी ॲप ची मदत घेत असावा.

काहीही फारसे न घडता दिवस संपला. पण दामिनीच्या स्वभावानुसार हातात घेतलेल्या केस चा जोपर्यंत निकाल लागत नाही, तोपर्यंत खाणं-पिणं, झोप सगळं सोडून ती त्यावर काम करत बसे. त्याप्रमाणे रात्री उशिरा तिने श्रेयाचे सोशल नेटवर्किंग अकाउंट बघण्याचे ठरवले.

श्रेयाच्या फोनवरील फेसबुक, इंस्टाग्राम, स्नॅपचॅट हे सर्व तिने बारकाईने बघितलं. पण फारसं काही हाताला लागलं नाही. मात्र इंस्टाग्राम वर श्रेयाने बरेच फोटो अपलोड केलेले दिसत होते. नक्कीच ब्लॅकमेलरने इंस्टाग्राम वरूनच श्रेया चे फोटो सेव केलेले असणार असा तिने कयास बांधला. तिने एक विशेष आर्टिफिशिअल इंटेलिजन्स बेस्ड टूल वापरून रिव्हर्स इंजीनियरिंग च्या साह्याने इंस्टाग्राम पुन्हा एकदा नीट बघायला सुरुवात केली. अचानक तिला मॉर्फ केलेल्या आक्षेपार्ह फोटों मधल्या श्रेयाच्या चेहऱ्याशी मिळतेजुळते फोटो इंस्टाग्राम वर मिळाले.

ब्लॅकमेलर ने हेच सर्व फोटो स्वतःच्या मोबाईल किंवा कॉम्प्युटर वर सेव्ह करून फोटोतील चेहरा दुसऱ्या मुलीच्या नग्न शरीरावर जोडला होता. यालाच फोटो मॉर्फिंग म्हणतात. दामिनी ला माहित होते कि फेसबुक आणि इंस्टाग्राम वर दुसऱ्याच्या प्रोफाइल मध्ये जाऊन तिथले फोटो डाऊनलोड किंवा सेव केले असल्यास फेसबुक किंवा इंस्टाग्राम च्या सर्व्हरवर फोटो कोणी सेव्ह केले याचा रेकॉर्ड असतो. त्यानुसार तिने इन्स्टाग्राम च्या हेल्प सेंटर ला मेल करून त्यासोबत अजयने पाठवलेल्या एफआयआर ची कॉपी जोडली. आता इंस्टाग्राम कडून उत्तराची प्रतीक्षा होती.

दुसऱ्या दिवशी इंस्टाग्राम कडून उत्तर आले. त्यात हे फोटो जिथून सेव्ह

झाले होते, त्या प्रोफाईलची लिंक होती. रिपोर्ट प्रमाणे गेल्या तीन महिन्यांत फक्त याच एका युजरने श्रेया चे फोटो डाउनलोड केले होते. दामिनीने लिंक उघडून पाहिली. अखिलेश जाधव नावाच्या तरूणाचे इंस्टाग्राम प्रोफाइल होते.

दामिनी ने लगेच अजयला फोन लावला.
"गुन्हेगार मिळाला आहे. कोणी अखिलेश जाधव आहे, ज्याने श्रेया चे फोटो डाउनलोड केले आहेत. तुम्हाला माहित आहे का हा मुलगा कोण आहे ते ?"
"बापरे ! अखिलेशचे काम आहे हे ?? अखिलेश, श्रेयाच्या बेस्ट फ्रेंड दिपाली चा भाऊ आहे. श्रेयाचे आणि दीपालीचे एकमेकींकडे नेहमी येणेजाणे असते. अखिलेश असं काही करेल असं कधीच वाटलं नव्हतं."

दामिनी ने अखिलेशची सगळी माहिती गोळा केली. श्रेया कडून तिला कळले की, अखीलेश कंप्यूटर इंजीनियरिंग च्या तिसऱ्या वर्षाचा विद्यार्थी असून त्याला फोटोशॉप वर फोटो मिक्सिंगचा नाद आहे. श्रेया आणि दीपालीच्या बाकीच्या मैत्रिणी त्याला आपले काही खास फोटो देऊन ते जास्त चांगल्या तऱ्हेने एडिट करायला बऱ्याचदा सांगत असत. पण तो श्रेया ला आपली शिकार बनवेल असं कधी वाटलं नव्हतं.

दामिनी ने जमा केलेल्या सर्व पुराव्यां सोबत सायबर कोर्टात केस उभी राहिली. सेक्शन 66C, 66D, 66E आणि 67A आयटी ॲक्ट प्रमाणे अखिलेश वर आरोप ठेवला गेला. एकोणीस वर्षांचा असल्याने त्याला पाच वर्षांची शिक्षा सुनावली गेली.

15

केवायसी अपडेट

मिलिंद आज विशेष खुशीत होता. थोड्या वेळापूर्वीच पगार जमा झाल्याचा बँकेकडून एसेमेस आला होता. पुढच्या आठवड्यात माधुरीचा वाढदिवस असल्याने, आज ऑफिसमधून घरी न जाता, शॉपिंग ला जायचा त्याचा बेत होता. तसं त्याने माधुरीला सांगितलं होतं. शहरातल्या नामांकित ज्वेलरी शॉप बाहेर ती त्याची वाट पहात उभी होती. खूप दिवसांपासून तिला हिऱ्याचं नाजूकसं मंगळसूत्र हवं होतं. तिच्या या वाढदिवसाला त्यानं तिला ते गिफ्ट करायचं ठरवलं होतं. ऑफिसमधून निघण्याच्या तयारीत असतानाच, त्याचा फोन वाजला. मोबाइल स्क्रीन वर अनोळखी नंबर झळकला. त्याने फोन घेतला.

"गुड इव्हिनिंग सर ! मी बीएसएनएल ऑफिस मधून बोलतेय.."
"बोला..."
"सर, आपलं केवायसी अपडेट पेंडिंग आहे. त्यासंदर्भात कॉल केलाय..."
"तुम्ही उद्या कॉल करा ना..आत्ता मी घाईत आहे..."
"सर, आज लास्ट डेट आहे...केवायसी अपडेट झालं नाही तर तुमची मोबाईल फोन सर्विस उद्यापासून बंद होईल.. फक्त दोन मिनिटांचं काम आहे..."
"ओके... मला काय करावं लागेल ?"

मोबाईल फोन बंद होण्याच्या भीतीने मिलिंदने केवायसी अपडेट करायचं ठरवलं.

"तुम्हाला एक एसएमएस येईल... त्यातील लिंक वर क्लिक करून एक फॉर्म दिसेल तो भरायचा आहे. मी फोन चालू ठेवते, तुम्ही बघा एसएमएस आलाय का ?"

तिचं बोलणं सुरु असतानाच मिलिंदने मेसेजेस चेक केले. BZ-BXNLKC या नावाने एसएमएस आलेला दिसत होता.

"हो...आलाय एसेमेस..."

त्याने फोनवर बोलणाऱ्या मुलीला सांगितलं.

"ओके...त्यात एक लिंक असेल, ती ओपन करा."

मिलिंदने एसएमएस मधली लिंक क्लिक केली. एक फॉर्म ओपन झाला. त्यात त्याचे पूर्ण नाव, पत्ता आणि आधार कार्ड नंबर टाकायचा होता. फॉर्म भरल्यावर खाली एक बटन ॲक्टिव्हेट झालं. त्यावर Submit & Pay असं लिहिलेलं दिसत होतं.

"ते खाली बटन दिसते...त्यावर Submit & Pay लिहिलंय... ते कशासाठी आहे ?"

"सर तुमचा फॉर्म सबमिट होईल. तुम्हाला फक्त दहा रुपये लेट चार्जेस भरावे लागतील. त्यासाठी ते बटन क्लिक करा."

फक्त दहा रुपये भरावे लागतील, म्हणून फारसा विचार न करता मिलिंदने ते बटन क्लिक केले. बटन क्लिक केल्यावर नेट बँकिंग, डेबिट कार्ड, क्रेडिट कार्ड आणि यूपीआय असे पर्याय समोर आले. त्याने नेट बँकिंग चा पर्याय निवडला.

कस्टमर आयडी आणि पासवर्ड टाकून त्याने दहा रुपये भरले. त्याबरोबर त्याला एका पाठोपाठ तीन एसएमएस आल्याचे नोटिफिकेशन मिळाले.

"थँक्यू सर ! आता आपले केवायसी अपडेट झालेय. आपला बहुमूल्य वेळ आम्हाला दिल्याबद्दल धन्यवाद."

एवढे बोलून तिने फोन कट केला.

मधा आलेले मेसेज कसले आहेत? ते बघण्यासाठी म्हणून त्याने सहज एक मेसेज उघडला. मेसेज वाचून तो उडालाच... त्याच्या बँक अकाउंट मधून दोन लाख डेबिट झाल्याचा तो मेसेज होता. थरथरत्या हाताने कपाळावरचा घाम पुसत, त्याने घाईघाईने बाकीचे दोन्ही मेसेज वाचले. अनुक्रमे दीड लाख आणि नव्वद हजार डेबिट झाल्याचे बँकेकडून आलेले ते मेसेज होते. दोन्ही हातात डोकं धरून मिलिंद कसाबसा खुर्चीत बसला. टेबल वरच्या पाण्याच्या जग मधले पाणी ग्लासात ओतून त्याने ग्लास तोंडाला लावला आणि एका दमात रिकामा केला. माधुरी ला कॉल करून झाल्या प्रकाराची त्याने कल्पना दिली आणि घरी जाण्यास सांगितले. त्याच्या सहकारी दिपकला काय घडलं, ते त्याने सांगितलं.
"नक्कीच फोनवर बोलणाऱ्या मुलीचे हे कारस्थान असणार... सध्या पँडेमिक मुळे हे प्रकार वाढले आहेत. आधी बँकेला कॉन्टॅक्ट करून तुझे अकाऊंट फ्रिज केले पाहिजे आणि सायबर पोलीस स्टेशनला जाऊन तक्रार दिली पाहिजे."
दिपक म्हणाला.
" दीपक... त्या हॅकर ने अवघे आठ हजार रुपये माझ्या अकाऊंट मध्ये सोडले आहेत." भरलेल्या डोळ्याने मिलिंद म्हणाला. त्याचा खांदा हलकेच दाबून दिपकने त्याला धीर दिला. मिलिंदने आधी बँकेच्या हेल्पलाइन नंबर वर कॉल करून अकाउंट फ्रीझ करण्याची रिक्वेस्ट केली. त्याच प्रमाणे डेबिट आणि क्रेडिट कार्ड ब्लॉक केले. त्यानंतर दोघे सायबर पोलीस स्टेशनमध्ये तक्रार करण्यासाठी निघाले.

तेथील अधिकाऱ्याला त्यांनी तक्रार दाखल करून घेण्यास सांगितले.
"काय घाई आहे साहेब? तीन-चार दिवस थांबा... आपण तपास करू... फोन कुठून आला? यामागे कोण आहे? वगैरे.. वगैरे.."
"प्लीज तुम्ही आधी आमची कम्प्लेंट तर लिहून घ्या..."
खूप वेळा सांगूनही त्या अधिकाऱ्याने त्यांची कंप्लेंट दाखल करून घेतली नाही.

****

दामिनीला आज बऱ्याच दिवसांनी निवांत वेळ मिळाला होता. गेले काही दिवस हनीट्रॅप च्या एका गोपनीय केसच्या संदर्भातील तपासाने तिच्या मेंदूचा पुरता भुगा पाडला होता. रात्रीचे दहा वाजले होते. जेवण आटोपून, बेडरूम मधला एसी सुरू करून, आवडत्या लेखकाचं पुस्तक वाचण्यात ती तल्लीन झाली होती. मोबाईल फोनच्या रिंगने तिची तंद्री भंगली.
"हॅलो दामिनी मॅडम बोलतायत का?"
"होय मी दामिनी बोलतेय..."
"मॅडम, मी मिलिंद शिंदे बोलतोय. अवेळी त्रास दिल्याबद्दल क्षमस्व. यलो पेजेस मधून तुमचा नंबर मिळाला..."
"काय झालंय ते सविस्तर सांगा..."
त्याला मध्येच तोडत दामिनी म्हणाली. मिलिंदने सगळी हकीकत बारकाव्यांसह तिला सांगितली.
"पोलिसांनी कंप्लेंट घेतली नाही म्हणताय? काहीही झालं तरी तीन दिवसांच्या आत तुम्हाला एफ आय आर रजिस्टर करून, सायबर पोलीस स्टेशन मधल्या जबाबदार अधिकाराच्या सही शिक्क्यासह बँकेत सबमिट करावी लागेल. तुम्ही फसवले गेला आहात हे नक्की... त्यामुळे तुमचे पूर्ण पैसे परत मिळतील. रिझर्व बँकेचे सर्व बँकांना तसे आदेश आहेत. पण कुठल्याही परिस्थितीत उद्या एफ आय आर रजिस्टर करा. कंप्लेंट घेत नसतील तर पोलिस स्टेशन मधून मला फोन करा."

एव्हढं बोलून तिने फोन बंद केला. गेल्या काही दिवसांपासून अशा प्रकारच्या आर्थिक फसवणुकीच्या बऱ्याच घटना घडत होत्या. काही घटनांमध्ये ज्येष्ठ नागरिकांना टार्गेट केलं गेलं होतं. तिच्या तपासाच्या अनुषंगाने एक गोष्ट तिच्या लक्षात आली होती, काही लोकांचा पगार झाल्या दिवशी किंवा एक-दोन दिवसांनी त्यांच्या खात्यावर या सायबर चोरांनी डल्ला मारला होता. तसेच काही ज्येष्ठ नागरिकांचे पेन्शन जमा झाल्या च्या दिवशी किंवा कुठल्याही आर्थिक व्यवहारामुळे बँक अकाउंट

मध्ये पैसे जमा झाल्या बरोबर त्यांचे अकाउंट साफ केले गेले होते. यावरून नक्कीच बँकेतील काही कर्मचारी या सायबर चोरांना सामील आहेत, याची तिला खात्री होती. गुन्हा घडल्या दिवसापासून बँकेच्या तीन वर्किंग दिवसांच्या आत कंप्लेंट फाईल केल्यास पूर्ण पैसे मिळण्याची शक्यता असते. पण तीन दिवसांपेक्षा जास्त उशीर झाल्यास रक्कम परत मिळण्याची शक्यता कमी होते. बँक मधील काही उच्च अधिकारी स्वतःची पत जपण्यासाठी पोलिसांशी संधान साधून असतात. म्हणून पोलीस एफ आय आर रजिस्टर करण्यास टाळाटाळ करतात. हे देखील तिला माहित होते.

तिने या केसच्या मुळापर्यंत जायचे ठरवले. मिलिंदला पुन्हा कॉल करून, त्याचा फोन तपासासाठी उद्या तिच्याकडे आणून देण्याची तिने विनंती केली. तो लगेच तयार झाला.

अपेक्षेप्रमाणे दुसऱ्या दिवशी पोलीस स्टेशन मधून मिलिंद चा दामिनीला कॉल आला.
"मॅडम, मी सायबर पोलीस स्टेशन मध्ये आलोय. तुम्ही इन्स्पेक्टर माने साहेबांची बोलता का ?"
"इन्स्पेक्टर माने ना फोन द्या..."

मध्यंतरी दामिनीने, त्या पोलिस स्टेशन मधील अधिकाऱ्यांचे सहा दिवसांचे ट्रेनिंग सेशन घेऊन, त्यांना सायबर गुन्ह्यांच्या तपासासाठी काही सॉफ्टवेअर टूल्स कसे वापरायचे ? ते शिकवलं होतं. त्यामुळे तेथील सर्व अधिकाऱ्यांना ती चांगलीच परिचित होती.

"नमस्कार दामिनी मॅडम...इन्स्पेक्टर माने बोलतो"
"माने साहेब... तुम्ही मिलिंद शिंदे यांची कम्प्लेंट लिहून घ्या. लिहून घेणार नसाल तर https://www.cybercrime.gov.in/ या साइटवर मी त्यांची कंप्लेंट रजिस्टर करू शकते आणि तुम्ही कंप्लेंट लिहिण्यात दिरंगाई करत आहात याची ही कंप्लेंट होम मिनिस्ट्री ला करू शकते..."

"नको मॅडम.. मी लगेच त्यांची कंप्लेंट लिहून घेतो.. गुड डे मॅडम..."

ठरल्याप्रमाणे मिलिंद त्याचा मोबाईल फोन इन्वेस्टीगेशन साठी दामिनी कडे घेऊन आला.
"मॅडम तुम्ही माझ्याशी बोलल्यावर लगेच त्याने एफ आय आर रजिस्टर करून घेतली. त्याच्या सही आणि पोलीस स्टेशनच्या सील सह त्या एफआयआरची एक कॉपी मी बँकेत सबमिट केलीये आणि त्यांच्याकडून रिसीव्हड असं लिहून घेतलं आहे."
"व्हेरी गुड... तुमचा फोन तपासायला मला तासभर लागेल. तुम्हाला वेळ आहे ना?"
"हो मॅडम... आज मी ऑफिसमधून रजा घेतली आहे."

तिच्या लॅपटॉपला मिलिंद चा मोबाईल फोन कनेक्ट करून, वेगवेगळ्या फॉरेन्सिक सॉफ्टवेअर टूल्स च्या सहाय्याने, तिने चेकिंग ला सुरुवात केली.

बीएसएनएलचे नाव सांगून आलेल्या फोनचे लोकेशन आणि त्यानंतर लिंकसह आलेल्या एसएमएसचे लोकेशन एकच होते, सहकार नगर, मालाड. कॉलर आयडी एस. अबीदा असं नाव दाखवत होता. एस एम एस सोबत आलेली लिंक स्पायवेअर लिंक होती. सहाजिकच ती लिंक क्लिक केल्याने मिलिंद च्या मोबाइल फोन मध्ये स्पायवेअर आलं होतं. त्या स्पायवेअर च्या द्वारे त्याचा फोन हॅक केला गेला होता आणि सायबर चोरांना, त्याच्या मोबाईलमधल्या नेटबँकिंग अँप मधील बँक अकाउंट चे सगळे डिटेल्स मिळाले होते. स्पायवेअर एक छुपा प्रोग्रॅम असून, ते मोबाईल मध्ये आल्यास, त्या मोबाईलच्या इतर अॅप मधली सगळी माहिती गोळा करून सेंडरला पाठवते. त्यामुळेच मिलिंदचे बँक अकाउंट डिटेल्स जसे कस्टमर आयडी, पासवर्ड वगैरे सायबर चोरांना मिळाले होते.

मिलींद च्या मोबाईलचे फॉरेन्सिक इन्वेस्टीगेशन डिटेल्स रेकॉर्ड करून,

त्यातील स्पायवेअर काढून टाकून, दामिनी ने त्याला मोबाईल परत केला आणि पुढच्या कामाला लागली.

दामिनी ने या केसच्या मुळाशी जाण्याचा पक्का निर्धार केला. सहसा अशा घटनांमध्ये सायबर चोर वापरलेले मोबाईल सिम कार्ड पुन्हा वापरत नाहीत. त्यामुळे मोबाईल नंबर ट्रेस करण्यात काही अर्थ नव्हता. सध्या तरी तिने दोन गोष्टींवर लक्ष केंद्रित करण्याचे ठरवले. बँकेतून काढलेले पैसे कुठे ट्रान्सफर केले आहेत ? आणि फॉरेन्सिक टूल ने दाखवलेले लोकेशन. तपासासाठी तिला पोलिसांची मदत घेणे अपरिहार्य होते.

तिने विराजला फोन लावला. विराज, तिचा जवळचा मित्र. सध्या मुंबई पोलीस मध्ये डीएसपी होता. त्याला सांगून, ज्या पोलीस स्टेशन च्या हद्दीत गुन्हा घडला, त्या वरळी पोलिसांची तपासकामी मदत घेता येणार होती.

विराज ने लगेच वरळी पोलिस स्टेशनला फोन करून या गुन्ह्याचा तपास करण्यासाठी दामिनीला सर्वतोपरी मदत करण्याच्या तेथील पोलिस अधिकाऱ्यांना सूचना दिल्या. पुढच्या वीस मिनिटात दामिनी वरळी पोलीस स्टेशन ला पोहोचली.

तेथील इन्स्पेक्टर काळे यांना सगळी घटना आणि त्यातील बारकावे सांगून, तिने ट्रेस केलेल्या लोकेशन वर जाऊन, काही धागेदोरे मिळतात का? हे पाहायचे ठरले. इन्स्पेक्टर काळे, दामिनी आणि दोन पोलीस असे सर्वजण मालाड येथील सहकार नगर मध्ये पोहोचले. तेथील बहुतांशी भागात चाळ सदृश्य छोटी घरे होती. या भागातील एखाद्या खोलीत सायबर चोरांनी त्यांचा तात्पुरता अड्डा बनवला असण्याची शक्यता होती. घटना घडून तीन दिवस झाल्याने ते चोर तिथे थांबले असण्याची शक्यता मात्र फारच कमी होती. दामिनीच्या आतापर्यंतच्या अनुभवाने सायबर गुन्हेगार ट्रेस लागू नाही म्हणून, एक तर व्ही पी एन वापरतात (व्हर्च्युअल प्रायव्हेट नेटवर्क ज्यामुळे खरे लोकेशन उघड न होता दुसरे

बनावट लोकेशन दिसते) किंवा सारखी त्यांची ठिकाणं तरी बदलत असतात.

बऱ्याच संशयास्पद घरांची वरवर झडती घेऊनही तिथं काही धागेदोरे मिळून आले नाहीत.

इन्स्पेक्टर काळेंच्या मदतीने दामिनी ने मिलिंद च्या अकाउंट मधील पैसे नेमके कुठे ट्रान्सफर झाले ? याची माहिती आणि अकाउंट वरून पैसे काढून घेतल्याचे ट्रांजेक्शन ज्या आयपी अॅड्रेस वरून झाले, त्याचे डिटेल्स पाठवण्याची बँकेला विनंती केली. अर्थात व्हीपीएन वापरले असल्यास, नेमका आयपी एड्रेस मिळणे तसे कठीण होते. पण प्रयत्न मात्र सगळ्या बाजूंनी करणे जरुरी होते.

दोन दिवसांनी बँकेचा रिपोर्ट पोलीस स्टेशनला मिळाला. इन्स्पेक्टर काळेंनी दामिनीला कॉल करून बोलावून घेतले आणि तिच्यासमोर बँकेकडून आलेला रिपोर्ट ठेवला.

मिलिंदच्या बँकेने दिलेल्या डिटेल्स नुसार, ठाण्यातील एका सहकारी बँकेच्या शाखेत पैसे ट्रान्सफर झाले होते. बँकेने मिलिंदच्या अकाउंट वरील ट्रांजेक्शन्स चा महिन्याभराचा लॉग पाठवला होता. त्यातून नेमके ट्रांजेक्शन शोधण्याचे काम तिला करावे लागणार होते.

आधी ठाण्यातील त्या सहकारी बँकेतील अकाउंट कोणाच्या नावाने आहे ? हे पाहणे जरूरी होतं. इन्स्पेक्टर काळे यांनी ठाण्यातील त्या बँकेला फोन लावून त्या अकाउंटचे डिटेल्स लगेचच मेल करायची विनंती केली. अर्ध्या तासात बँकेने मेलवर सर्व माहिती कळवली. धारावी मध्ये राहणाऱ्या कोणा प्रकाश पाटील या इसमाच्या नावे ते अकाउंट होते. मात्र त्यातील सर्व पैसे एटीएम द्वारे काढून घेण्यात आले होते.

बँकेने पाठवलेल्या आधार कार्डच्या कॉपी वरील प्रकाश पाटील च्या

पत्त्यावर दामिनी दोन पोलिसांसह पोहोचली. "प्रकाश पाटील आहेत का?"

छोट्या एक खोलीच्या घराची कडी वाजवत दामिनी ने विचारले.

"मीच आहे प्रकाश पाटील, बोला..काय काम आहे?..."

एक मध्यम वयीन इसम बाहेर येऊन म्हणाला.

गणवेशातील पोलिसांना पाहून तो घाबरला.

"तुमचे ठाणे सहकारी बँकेत खाते आहे का ?"

"नाही मॅडम... इतक्या दूर काहून मी अकाउंट खोलीन ? माझे इथे जवळच्याच महाराष्ट्र बँकेत आहे."

"पण त्या अकाउंट वर नाव, आधार कार्ड तुमचेच आहे. मोठा फ्रॉड करून चोरांनी त्यात पैसे ट्रान्सफर केले आहेत." "नाही हो मॅडम... मी असं काय करणार नाही...माझा काही हात नाही यात ? मी...मी... माझे आधार कार्ड एका मुलाला पाचशे रुपये आठवड्याने भाड्याने दिले होते."

"आधार कार्ड आणि भाड्याने ?? तुम्हाला माहित नाही का हे असं करणं चुकीचं आहे ? त्याचा कोणीही गैरवापर करू शकतं ..."

"माहित आहे हो मॅडम... माझी रिक्षा आहे... शाळेतल्या मुलांना पोहोचवणं आणण्याचं मी काम करतो. कोरोनामुळे शाळा बंद झाल्या. उपासमार व्हाया लागली. म्हणून.... आमच्या वस्तीतल्या बऱ्याच लोकांनी असा आधार कार्ड भाड्याने द्यायचा धंदा सुरू केलाय..."

"ज्याने तुमचे आधार कार्ड नेले, त्याचे वर्णन करू शकाल का?"

"हो मॅडम... त्याने तीनच दिवसांत ते परत आणून दिले आणि पाचशे ऐवजी सातशे रुपये दिले. एकदम पॉश कपड्यातला देखणा बावीस-तेवीस वर्षांचा तरुण होता. हिंदी बोलत होता."

"बरं...उद्या वरळी पोलिस स्टेशनला येऊन त्या मुलाचं नीट वर्णन करायचं. तिथले ड्रॉइंग आर्टिस्ट त्याचं चित्र काढतील, म्हणजे पोलीस त्याच्यापर्यंत पोहोचू शकतील."

"पोलीस स्टेशन मध्ये ???"

प्रकाश पाटील ने बिचकत विचारलं.

हो...यावेच लागेल... नाहीतर आताच धरून तुला आत टाकतो."

दामिनी बरोबर आलेल्या दोन हवालदारां पैकी एकाने त्याला पोलिसी

खाक्या दाखवला.
"नको साहेब... मी येतो उद्या नक्की.."

दामिनी तिच्या ऑफिसमध्ये बसली होती. लॅपटॉप वर मिलिंदच्या बँकेने पाठवलेले त्याच्या अकाउंटचे लॉग डिटेल्स ती चेक करत होती. गुन्हा घडला त्यावेळेस अकाउंट वरून पैसे काढून घेण्याचे जे ट्रांजेक्शन झालं, ते कुठल्या आयपी अ‍ॅड्रेस वरून झालं ? हे तिने त्या डिटेल्स मधून शोधून काढलं. लॅपटॉप वर सायबर इन्वेस्टिगेशन टूल वापरून तिने त्या आयपी एड्रेसचं मॅपिंग केलं.

आश्चर्याची गोष्ट म्हणजे एअरटेल एक्स्ट्रीम फायबर कंपनी च्या वाय-फाय नेटवर्कचा नेपियन सी रोडवरच्या एका उच्चभ्रू सोसायटीतील तो आयपी अ‍ॅड्रेस होता. एअरटेल एक्सट्रीम च्या सर्विस सेंटर वरून तो आयपी ऍड्रेस नेमका कोणाचा आहे ? याची तिने चौकशी केली. श्रीकांत देशमुख नावाच्या एका गृहस्थांच्या नावे ते वायफाय कनेक्शन होते.

दुसऱ्या दिवशी पोलिसांसोबत दामिनी नेपियन सी रोड वरच्या त्या सोसायटीतील श्रीकांत देशमुख यांच्या घरी पोहोचली. त्यांच्या घराला कुलूप होते. शेजारी चौकशी केल्यावर कळले, देशमुख पती-पत्नी महिन्याभरापासून अमेरिकेतील त्यांच्या मुली कडे गेले आहेत.

पुन्हा एकदा दामिनी ने एअरटेल सर्व्हिस स्टेशन कडून आयपी अ‍ॅड्रेस नक्की श्रीकांत देशमुखांचा आहे, याची खात्री करून घेतली. आजूबाजूच्या फ्लॅटमध्ये राहणाऱ्या लोकांची चौकशी केली, तेव्हा तिला कळलं की देशमुखांच्या वरच्या मजल्यावरील फ्लॅट बऱ्याच दिवसांपासून रिकामा होता. पण गेल्या पंधरा वीस दिवसांपासून अधून मधून तिथं काही तरुण मुलंमुली येत जात होते. त्या फ्लॅटच्या मालकाशी संपर्क साधल्यावर समजले, त्यांनी परिचयातल्या कुटुंबातील मुलाला फ्लॅट वापरण्यासाठी दिला आहे. रहिवाशांच्या सांगण्यानुसार तिथं कोणाचं वास्तव्य नव्हतं. पण आठवड्यातून एखाद दोन वेळेस

तिथं एक तरुणी आणि दोन तरुण मुलं येत होते. प्रकाश पाटील ने वर्णन केल्यावरून काढलेले चित्र त्या सोसायटीतील एका मुलीने तिथे येणाऱ्या मुलांपैकी एकाचे आहे असे सांगितले. पोलिसांनी दोन-तीन दिवस पाळत ठेवून त्या फ्लॅटमध्ये आलेल्या एका मुलाला पकडले आणि धमकावून त्याच्यासोबत आत जाऊन झडती घेतली. तिथं बरेच मोबाईल सिम कार्ड,आधार कार्ड आणि २-३ लॅपटॉप आढळून आले.

त्या मुलाला, हमीद शेखला दमात घेतल्यावर त्याने त्याच्या दोन्हीं साथीदारांची नावं सांगितली. मीनल शर्मा आणि राहुल दास... हे तिघे उत्तर प्रदेशातील वेगवेगळ्या ठिकाणांहून मुंबईला शिकण्यासाठी आले होते. इंजीनियरिंग ची डिग्री घेतल्यावर एका छोट्या कंपनीमध्ये तिघांना नोकरी मिळाली. लॉकडाऊन मुळे ती कंपनी बंद पडली. तेव्हा या तिघांनी युट्युब वरून हॅकिंग शिकून लोकांच्या पैशांवर ऑनलाइन डल्ला मारणे सुरु केले. एक दोनदा हात मारल्यावर देखील पकडले न गेल्यामुळे त्यांची हिंमत वाढली. या वेळेस त्यांनी मोठा हात मारण्याचे ठरवले. याकामी त्यांना मीनल च्या मित्राने जो नुकताच मिलिंदचे अकाउंट असलेल्या बँकेत कॅशियर म्हणून लागला होता, त्याने मदत केली.

श्रीकांत देशमुख वायफाय राऊटर बंद न करताच, अमेरिकेत निघून गेले, हे या तिघांच्या पथ्यावर पडलं. त्यांचे वायफाय कनेक्शन हॅक करून, त्याद्वारे त्यांनी बरेच सायबर गुन्हे केले. ज्या फ्लॅटमध्ये त्यांच्या काळ्या कारवाया चालत, तो फ्लॅट राहुल दास च्या वडिलांच्या मित्राचा होता.

मीनल शर्मा चा बँकेत कॅशियर असलेला मित्र कोणाच्या अकाउंट मध्ये पैसे आले आहेत, याची माहिती तिला पुरवत असे. मीनल मालाड येथील सहकार नगर मध्ये राहत होती. मिलिंदला तिने तेथूनच फोन केला होता आणि त्याच बरोबर तिच्या लॅपटॉप वरून एसएमएस गेटवे द्वारे मेसेज पाठवला होता. एसएमएस मधील स्पायवेअर लिंक मिलिंदने क्लिक

केली, त्याबरोबर स्पायवेअर त्याच्या मोबाईल मध्ये शिरला. स्पायवेअर चा सोर्स नेपियन सी रोड वरील फ्लॅट मध्ये बसलेल्या हमीदच्या लॅपटॉपवरून होता. हमीद ने लगेच मिलिंदचे अकाउंट डिटेल्स चोरून त्याच्या अकाउंटवरून प्रकाश पाटील याच्या नावाने ओपन केलेल्या फेक अकाउंट मध्ये पैसे ट्रान्सफर केले.

सायबर गुन्हा आणि त्यामुळे झालेली फसवणूक सिद्ध झाल्यामुळे मिलिंद ला त्याचे पूर्ण पैसे परत मिळाले. हमीद शेख, मीनल शर्मा आणि राहुल दास तसंच मीनल चा बँकेत कॅशियर असलेला मित्र या चौघांवर भारतीय माहिती तंत्रज्ञान कायदा 2000 च्या वेगवेगळ्या कलमांखाली खटला भरला जाऊन प्रत्येकी पन्नास हजार दंडाची आणि पाच वर्षांच्या कैदेची शिक्षा झाली.

पुन्हा एकदा दामिनी ने सायबर गुन्ह्याच्या मुळाशी जाऊन पोलिसांच्या मदतीने केसची उकल केली होती.

(प्रिय वाचक,
या सत्य घटनेवर आधारित कथेवरून काही गोष्टी कायम लक्षात ठेवाव्या.
१)अनोळखी फोन ला प्रतिसाद न देता केवायसी वगैरे खात्रीशीर मार्ग अवलंबून करावे.
२)खात्री नसलेली कुठलीही लिंक क्लिक करणे टाळावे.
३)आपले आधार कार्ड किंवा पॅन कार्ड कोणाच्याही हाती पडू देऊ नाही. हरवल्यास किंवा गहाळ झाल्यास त्याची ताबडतोब कंप्लेंट जवळच्या पोलीस स्टेशन मध्ये द्यावी. ४)बाहेरगावी जाताना किंवा रात्रीच्या वेळेस वाय-फाय राऊटर जरूर बंद करावे.
५)सर्वात महत्वाचे म्हणजे सायबर गुन्ह्याला बळी पडून, आर्थिक नुकसान झाल्यास तीन दिवसांच्या आत एफ आय आर रजिस्टर करून

बँकेला त्याची कॉपी द्यावी. असे केल्यास पैसे परत मिळण्याची शक्यता असते.

सावध आणि सुरक्षित राहून टेक्नॉलॉजीचा वापर करा.

16

ट्रॅप

रविवारची मस्त सकाळ. आजचा दिवस आरामात घालवायचा, असा विचार करून दामिनी कॉफीचा मग हातात घेऊन न्यूज पेपर वाचत बसली होती. अचानक तिची नजर एका बातमीवर स्थिरावली.
"द्वेषपूर्ण, आक्षेपार्ह पोस्ट प्रसारित केल्याबद्दल व्हाट्सअप ग्रुप ॲडमिन ला अटक"

लक्षपूर्वक तिने ती बातमी वाचली. ज्या ग्रुप ॲडमीन ला पोलिसांनी काही व्हॉट्सॲप वापरकर्त्यांच्या तक्रारीवरून अटक केली होती, त्याचं नाव वाचून ती चक्रावली. आयुष अजय सिंघवी ???

आयुष, तिची मैत्रिण अश्विनीचा बावीस वर्षांचा तरुण मुलगा. दामिनी आयुषला लहानपणापासून अगदी जवळून ओळखत होती. अत्यंत साधा, सरळ, अभ्यासात हुशार असलेला आयुष असं काहीही करणार नाही, त्याला नक्कीच कोणीतरी यात अडकवलं असणार, याची तिला खात्री होती. दामिनीने अश्विनीला कॉल केला.

"हॅलो ! दामिनी, अगं, आयु ला काल काहीही कारण नसताना पोलीस घेऊन गेले..."
"अश्विनी ! मला एक फोन तर करायचास..."

"मला काही सुचतच नाहीये ग..."
" बरं...तू कोणा वकिलाचा सल्ला घेतलास का ?"
"हो...ॲड सचिन देशमुख त्याला जमीन मिळवून देण्याच्या प्रयत्नात आहेत. पण नेमकी आज सुट्टी आहे कोर्टाला... बिचारा माझा आयुष... त्याला पोलिसांनी मारलं वगैरे तर नसेल ना ग??"
एव्हढं बोलून अश्विनी रडायला लागली.
"शांत हो आशू... मी सचिनशी बोलते... आयुषला काहीही होणार नाही."

अश्विनी ची समजूत काढून दामिनीने फोन बंद केला आणि लगेच ॲड सचिन ला कॉल लावला.
"सचिन ! मला आयुषच्या केसचे डिटेल्स सांगशील का ?"
"हो...काही लोकांच्या तक्रारींची दखल घेऊन, पोलिसांनी आयुषला माहिती तंत्रज्ञान कायद्या च्या 67 कलमाखाली अटक केली आहे. तक्रारदारांनुसार आयुष ज्या व्हाट्सअप ग्रुपचा ऍडमिन आहे, त्या ग्रुप वरून द्वेषपूर्ण, आक्षेपार्ह आणि धार्मिक तेढ निर्माण करणारी पोस्ट गेल्या तीन-चार दिवसांपासून व्हायरल झाली आहे."
"ओह !! आयुष चा मोबाईल फोन पोलिसांनी जप्त केला असणार. माझ्यासोबत पोलीस स्टेशनला येतोस का ?त्याच्या फोनचं ॲनालिसिस करायला मिळालं तर यातून काही तरी मार्ग निघेल."
"हो... लगेच नाही, पण दोन अडीच तासात पोलीस स्टेशनला ये... मी तिथे पोहोचतो..."
"ठीक आहे..."

दामिनी ने फोन बंद केला. दोन तासांत पोलीस स्टेशनला पोहोचायचं होतं. तिच्या हातात तासाभराचा वेळ होता. तेवढ्या वेळात तिने आयुषचे सोशल मीडिया हँडल्स अनालाइज करायचे ठरवले. लॅपटॉप उघडून तिने आयुष सिंघवी चे फेसबुक, इंस्टाग्राम आणि ट्विटर अकाउंटचे सोशल मीडिया अनालीटीक टूल द्वारे परीक्षण केले. या प्रकारच्या ॲनालिसिस मुळे त्या व्यक्तीची मानसिक अवस्था बऱ्याच प्रमाणात जाणून घेता येते. जसं की ती व्यक्ती उदासीन, अस्वस्थ, रागीट आहे की संतुलित

स्वभावाची आहे? त्या व्यक्तीच्या राजकीय, धार्मिक आणि सामाजिक धारणा, मतं काय आहेत ?? वगैरे...

सोशल मीडिया अँनालिसिस वरून तरी आयुष एक संतुलित व्यक्तित्वाचा तरुण आहे, यावर शिक्कामोर्तब झालं.

दामिनी आणि सचिनच्या विनंतीवरून पोलिसांनी आयुषच्या मोबाईल फोनची क्लोन्ड (cloned) कॉपी त्यांना तिथं बसून चेक करण्याची परवानगी दिली.

सायबर गुन्हा घडल्यानंतर, डिजिटल फॉरेन्सिक्स करताना ओरिजनल डिव्हाईस (या केसमध्ये मोबाईल फोन) जसाच्या तसा preserve करून त्याची क्लोन कॉपी तयार केली जाते. आणि संपूर्ण इन्वेस्टीगेशन त्या कॉपी वरच केलं जातं. ओरिजिनल डिव्हाईस मधील डेटा राखून ठेवला जाऊन त्याची एक हॅश की तयार केली जाते. हॅश की म्हणजे एखाद्या मेमरीचे युनिक सिग्नेचर असतं. त्यामुळे कोर्टात ते डिव्हाईस पक्का पुरावा म्हणून सादर करता येतं.

दामिनी ने आयुष च्या मोबाईलची क्लोन कॉपी तपासायला सुरुवात केली. बरेच व्हाट्सअप ग्रुप्स दिसत होते. तिचे लक्ष एका व्हाट्सअप ग्रुप ने वेधून घेतले. "अमेझिंग वर्ल्ड" असे त्या ग्रुपचे नाव होते. त्या ग्रुपमधील बरेच नंबर्स पाकिस्तानी आणि बांगलादेशातील होते. त्या ग्रुपमध्ये बऱ्याच लिंक्स पोस्ट केलेल्या दिसत होत्या. पण आश्चर्य म्हणजे त्या लिंक्सवर आता कुठलेही कन्टेन्ट दिसत नव्हते.

सुदैवाने इतर कुठल्याही ग्रुप मध्ये कुठलीही आक्षेपार्ह पोस्ट नव्हती. अमेझिंग वर्ल्ड या व्हाट्सअप ग्रुप मधील मेम्बर्स चे नंबर्स नोट करून घेऊन दामिनी ने सचिन सोबत आयुष ला भेटायचं ठरवलं.

"तुझ्या अमेझिंग वर्ल्ड या व्हाट्सअप ग्रुप मधल्या बऱ्याच मेम्बर्स चे नंबर पाकिस्तानी आणि बांगलादेशी आहेत. तू या सगळ्यांना ओळखतोस का?"
तिने आयुषला विचारले.
"नाही, मी कोणालाच ओळखत नाही."
"मग तू त्यांना ग्रुप मध्ये का ॲड केलं ?"
"मी नाही कोणाला ऍड केलं. कोणीतरी मला या ग्रुप ची इन्व्हाईट लिंक पाठवली. नावावरून ग्रुप इंटरेस्टिंग वाटला. म्हणून त्या लिंक वरून मी ऍड झालो. त्यात झूलॉजी आणि जिओलॉजी विषयांवरील व्हिडीओज च्या लिंक्स पोस्ट व्हायच्या. त्या मी बऱ्याच वेळेस फॉरवर्ड केल्या आहेत."
"अरे, पण तू तर त्या ग्रुपचा ऍडमिन आहेस ना ?"
"त्या ग्रुपमध्ये मी एकटाच ॲडमिन नाहीये मावशी, बाकी अजून दोन-तीन ॲडमिन आहेत."
दामिनी ने त्या ग्रुप मधील विदेशी नंबर्स चं बऱ्याच वेळेस, व्यवस्थित अनालिसिस केल्यावर, तिच्या लक्षात आलं, आयुष क्रॉस बॉर्डर सोशल इन्फ्ल्यून्सर ग्रुपमध्ये ट्रॅप झाला आहे.

आपल्या शेजारील देशातील काही समाजकंटक हे टेक्निक वापरून आपल्या देशातील काही लोकांमध्ये प्रभाव किंवा धार्मिक तेढ निर्माण करण्याच्या प्रयत्नात असतात. यासाठी व्हाट्सअप सारख्या सोशल मीडियाचा वापर योजनापूर्वक केला जातो. सोशल मीडियावर आधी एक ग्रुप तयार करून त्यात काही भारतीयांना इन्व्हाईट लिंक द्वारे ऍड केलं जातं. सुरुवातीला मनोरंजक लिंक्स, व्हिडिओज आणि मेसेजेस द्वारे ऍड झालेल्या मेंबर्सना ग्रुपमध्ये राहण्यास भाग पाडलं जातं. ॲड झालेल्या मेंबर्सना पाठवलेल्या व्हिडिओ लिंक्स मध्ये ग्रुप ची इन्व्हाईट लिंक एम्बेड केली (लपवली) जाते. त्या मेंबरने ती लिंक फॉरवर्ड केल्यास इतर लोकही इन्व्हाईट लिंक द्वारे अशा ग्रुपमध्ये येतात. काहीजण quit होतात. काहीजण फारसा विचार न करता ग्रुपचे मेम्बर बनून राहतात.

हे समाजकंटक मालवेअर लिंक्स पाठवून मोबाईल देखील हॅक करतात. त्याद्वारे ब्लॅकमेल करतात. सुरुवातीला मनोरंजक पोस्ट ग्रुप वर येतात. नंतर त्यातच छुप्या लिंक्स एम्बेड करून धार्मिक तेढ वाढवणारा, आक्षेपार्ह कंटेंट शेअर केला जातो आणि ह्या ग्रुप द्वारे व्हायरल केला जातो.

या क्रॉस बॉर्डर ग्रुपच्या कोणा समाजकंटक मेंबरने, जाणीवपूर्वक, आक्षेपार्ह कंटेंट एम्बेड करून, कुठलीतरी, वरकरणी माहितीपूर्ण वाटणारी पोस्ट टाकली होती. पोस्ट टाकून हा समाजकंटक संगनमताने इतर मेंबर्स सोबत ग्रुप मधून बाहेर पडला होता. बाहेर पडणाऱ्यां मध्ये इतर अॅडमिन देखील होते. त्यामुळे आयुष एकटाच ग्रुपचा ऍडमिन म्हणून ट्रॅप झाला होता.

आयुष ने मनोरंजक व्हिडिओ समजून ती पोस्ट इतर ग्रुपमध्ये फॉरवर्ड केली होती. त्या पोस्टमध्ये लपलेली, धार्मिक तेढ निर्माण करणारी, आक्षेपार्ह कंटेंट ची लिंक एक्सेस झाल्याने, त्याच्याविरुद्ध तक्रार करण्यात आली होती.

दामिनी ने या सगळ्या अनालिसिस चा एक रिपोर्ट तयार करुन, जरुरी ते स्क्रीनशॉट्स त्याला जोडले आणि तो रिपोर्ट अॅड सचिन देशमुख च्या हवाली केला. त्या अनालिसिस/ रिपोर्ट च्या आणि इतर पुराव्यांच्या आधारे आयुष ची या गुन्ह्यातून निर्दोष सुटका झाली.

वरील सत्यघटनेवर आधारित कथेवरून सोशल मीडिया वापरकर्त्यांनी काही गोष्टींची काळजी घेणे जरुरी आहे.

अनोळखी लिंक्स क्लिक करणे टाळावे.

अनोळखी ग्रुप मध्ये सामील होऊ नये.

कॉन्टॅक्ट लिस्ट मधील व्यक्तीं शिवाय कोणीही आपल्याला कुठल्याही ग्रुपमध्ये ऍड करू शकणार नाही अशी सेटिंग करावी.

चुकून जरी अशा एखाद्या अनोळखी ग्रुप मध्ये ऍड झाल्यास लगेच

बाहेर पडावे.

17

व्हिडिओ कॉल

(पॉर्न साईट्स बघण्याच्या व्यसनामुळे विचित्र अडचणीत सापडलेल्या व्यक्तीची सत्यकथा)

रमेश डोळ्यांत प्राण आणून मोबाईलवरचा व्हिडीओ पाहण्यात मग्न होता. गेल्या तीन वर्षांपासून त्याचा हा रोजचा परिपाठ झाला होता. ऑफिसमधून आल्यावर आवरून, रात्रीचे जेवण आटोपल्यावर पुढचे दोन तीन तास तो मोबाईल किंवा लॅपटॉपवर पॉर्न साइट्सवरचे व्हिडिओ पाहण्यात रंगून जायचा. त्याला तसल्या साईटस सर्फ करण्याचे, त्यावरचे व्हिडीओ पाहण्याचे, क्वचित कधी तरी तिथे दिलेल्या लिंकवरून एखाद्या लेडी मेंबरशी चॅटिंग करण्याचे व्यसन जडले होते. स्वतःला या सगळ्यांपासून दूर ठेवण्याचे खूपदा ठरवूनही त्याला ते जमत नव्हते.

रमेश पुण्यातील एका मोठ्या बहुराष्ट्रीय आयटी कंपनीत असिस्टंट व्हाइस प्रेसिडेंट पदावर कार्यरत होता. त्याची हुशारी, कार्यक्षमता आणि सरळ, साधा स्वभाव यामुळे तो त्याच्या सहकारी आणि मित्रांमध्ये लोकप्रिय होता. चार वर्षांपूर्वी त्याची पत्नी रीमाचा कॅन्सरने मृत्यू ओढवला. एकुलती लेक राशी, आयआयटी पवईला इंजिनिअरिंग शिकत होती. रीमाच्या मृत्यूनंतरचे एकाकी आयुष्य रमेशला खायला उठायचे.

दिवस तर कामात निघून जायचा. पण संध्याकाळी घरी आल्यावर त्याचा वेळ जात नसे. अशातच दुसरे कुठलेही व्यसन नसलेल्या रमेशला पॉर्न साईट बघण्याचे व्यसन लागले.

रात्रीचे साडेबारा वाजले. आता झोपावे, नाहीतर उद्या ऑफिसला उशीर होईल, या विचाराने त्याने मोबाइलवर सुरू असलेला व्हिडिओ बंद केला आणि मोबाइल बाजूला ठेवला. अंथरूणावर पडणार तेवढ्यात मोबाईल ची रिंग वाजली. त्याने पाहिलं व्हाट्सएप व्हिडिओ कॉल होता. कॉलर ओळखीचा दिसत नव्हता. त्याने बेडसाइड लॅम्प लावला, व्यवस्थित उशीला टेकून बसत त्याने उत्सुकतेपोटी कॉल रिसिव्ह केला आणि.......आणि......

एक पूर्णपणे नग्न तरुणी मोबाईल स्क्रीनवर झळकली. रमेशला आश्चर्याचा धक्का बसला. आश्चर्यचकित अवस्थेतही तो मोबाईल स्क्रीन वर दिसणाऱ्या अनावृत्त स्त्रीकडे डोळे फाडून बघत होता.

"हाय रमेश !" ती बोलली.

"..." रमेश च्या तोंडून शब्द फुटत नव्हता.

ती पुढे बोलली.

"I have got your cell no from your favourite porn site, where you registered it, while signing up." (मला तुझा मोबाईल नंबर तुझ्या आवडत्या पॉर्न साईट वरून मिळाला, जो तू त्या साईट वर साईन अप करताना दिला होता.)

कॉल करणारी स्त्री इंग्लिश मध्ये बोलत होती.

"So....I called you, if you are interested, call me at this number anytime, I 'll be available wherever you wish..."

(तुला वाटेल तेव्हा मला या नंबर वर कॉल कर, तु म्हणशील तिथे मी येईन.)

तिने कशासाठी कॉल केलाय? हे आता कुठे रमेशच्या ध्यानात आलं. कसंतरी अवसान आणून तो म्हणाला.

"Sorry...I am not at all interested..."

रमेश कॉल disconnect करणार तेव्हढ्यात ती म्हणाली,

"Ok...then...I have taken the screenshot of our conversation and now I am going to make it viral. If you don't want me to do so, then, do make arrangements of rs 50000/- ASAP...I'll message you my account details."

(ठीक आहे, मी या संभाषणाचा स्क्रीनशॉट काढून ठेवला आहे, तो व्हायरल करेन, मी तसे करू नाही असे तुला वाटत असेल, तर लवकरात लवकर पन्नास हजार रु. ची व्यवस्था कर. माझे अकाउंट डिटेल्स मी तुला मेसेज करीन.)

एव्हढं बोलून तिने कॉल disconnect केला.

रमेशच्या तोंडचे पाणी पळाले. कुठून हा कॉल रिसिव्ह केला असे त्याला वाटायला लागले. काय करावे ? त्याला समजत नव्हते. या बदनामी तून वाचण्यासाठी लगेचच पन्नास हजार देऊन मोकळे व्हावे, असा एक विचार त्याच्या मनात आला.

पण त्याआधी शेखर शी बोलावे असे त्याने ठरवले. शेखर त्याचा कलीग आणि फार जवळचा मित्र. तो त्याच्या कंपनीतील सायबर सिक्युरिटी डिपार्टमेंटचा इन्चार्ज होता. आता रात्र फार झाली आहे, उद्या त्याच्याशी बोलावे. असे ठरवून रमेशने झोपण्याचा प्रयत्न केला पण त्याची झोप

त्या व्हाट्सएप व्हिडिओ कॉल ने पुरती उडवली होती.

दुसऱ्या दिवशी शेखरला भेटून त्याने सर्व हकिकत काहीही आडपडदा न ठेवता सांगितली. त्याचे बोलणे शांतपणे ऐकून घेऊन शेखरने बोलायला सुरुवात केली.

"रमेश. . पॉर्न साइट्स बघणं ठीक नाही हे तर नक्की. पण असं आजकाल सर्रास होतं आहे, कोणीतरी अनोळखी स्त्री व्हाट्सएप व्हिडिओ कॉल करून ब्लॅकमेल करण्याची धमकी देते. आशा बऱ्याच complaints सायबर सेल ला रजिस्टर आहेत. पण हे असं ब्लॅकमेल करणं काही सोपं नाही. यात तो नंबर, त्या स्त्रीचा फोटो सगळंच समोर येतं. नंबर बदलता आला तरी तिलाही, कशीही असली तरी स्वतः चा फोटो व्हायरल झालेला आवडणार नाही. त्यामुळे तू याकडे दुर्लक्ष कर. तरीही आपण सुरक्षिततेच्या दृष्टीने सायबर पोलीस स्टेशनमध्ये कम्प्लेन्ट देऊन ठेवू."

"फार तर काय... स्क्रीनशॉट्स आणि एखाद्या साइटवरील तुझा डेटा त्या ब्लॅकमेलर जवळ असू शकतो. कारण या पॉर्न साइट्स युजर्सच्या आवडी निवडीं बद्दल चा डेटा रेकॉर्ड करून ठेवतात. या वेबसाइटस् वरील युजर डेटा लीक करून हॅकर्स डार्क वेबवर काही हजारात विकतात. त्या डेटाच्या आणि स्क्रीनशॉट्सच्या आधारे तुझी बदनामी कोणी करू शकेल असे मला तरी वाटत नाही. पण तुझा जवळचा मित्र म्हणून मी तुला एक गोष्ट जरूर सुचवीन की पॉर्न साइट्स बघण्याच्या या व्यसनातून बाहेर येण्यासाठी तू सायकियाट्रीस्टची जरूर मदत घ्यावी."

शेखरने सुचविल्यानुसार रमेशने पुण्यातील नामवंत सायकियाट्रीस्टची दोन महिने ट्रिटमेंट घेतली. त्यांनी दिलेल्या औषधांसोबत, उपचाराचा भाग म्हणून आपल्या घरातील इंटरनेट दोन महिने पूर्णतः बंद ठेवले. त्याबरोबरच चांगल्या साहित्याचे वाचन, मेडिटेशन आणि प्राणायाम यात आपले मन गुंतवले.

आज रमेश या पॉर्न साइट्स बघण्याच्या घाणेरड्या व्यसनातून पूर्णतः बाहेर येऊन एक सुखी जीवन जगत आहे.

18

स्मार्ट टीव्ही स्टोरी

राजेश - रीमा, सुरतमधील उच्चभ्रू वस्तीत राहणारे एक जोडपे. लग्नाला दहा वर्षे झाली होती. राजेशला त्याच्याकडे असलेल्या स्मार्ट टीव्हीवर पॉर्न फिल्म्स बघण्याचा वाईट नाद होता. त्यासाठीच त्याने टीव्ही बेडरुम मधे लावून घेतला होता. पॉर्न फिल्म्स बघण्या सोबत राजेश कधी कधी पॉर्न वेबसाइट्सना सुद्‌धा टीव्ही वरूनच विजिट करत असे. एके रात्री अशाच एका साइटवरील व्हिडिओ पहात असताना त्याला भीतीयूक्त आश्चर्याचा धक्का बसला. रीमासोबतचे त्याचे खाजगी अंतरंग क्षण त्या व्हिडिओत चित्रित झाले होते.

राजेशने रीमाला तो व्हिडिओ दाखवला. रीमाला तर रडूच कोसळले. दोघांनाही काय करावे कळत नव्हते. पोलिसांत जावे तर बदनामीची भीती होती. राजेशने हा सर्व प्रकार त्याच्या जवळच्या मित्राला, सुधीरला सांगितला. सुधीरने त्याला सायबर सिक्युरिटी एक्स्पर्टची मदत घेण्यास सांगितले.

अंकित देसाई हा सुरतमधील प्रसिद्‌ध सायबर सिक्युरिटी एक्स्पर्ट. त्याला भेटून राजेशने सर्व घटना सविस्तर सांगितली. अंकितने सर्व प्रथम राजेशची पूर्ण बेडरूम शोधली. कुठे एखादा स्पाय कॅमेरा असेल अशी त्याला शंका होती पण काहीच मिळून आले नाही. अंकित विचारात

पडून इकडे तिकडे बघत असतानाच त्याची नजर राजेशच्या बेडरूममधील स्मार्ट टीव्हीकडे गेली. राजेशला त्याने स्मार्ट टीव्हीचा वापर कशा कशासाठी करतो, ते सर्व विचारले. टीव्ही सुरू करून त्याच्या सेटिंग्स, हिस्टरी, त्याच्यावरील ॲप्स हे सगळे तपासले. आणि तो एका निष्कर्षाप्रत आला.

स्मार्ट टीव्हीवर पॉर्न साइट्स पाहत असतांना कुठल्या तरी पॉर्न व्हिडिओची मॅलिशिअस लिंक (मालवेअर असलेली (असल्या साइटवर अशा लिंक्स जास्त असतात)) राजेश कडून क्लिक झाली असणार आणि स्मार्ट टीव्हीमध्ये मालवेअरचा शिरकाव झाला. या मालवेअरने त्याच्या कॅमेराचा आणि मायक्रोफोनचा ताबा घेतला आणि बेडरूम मधले रेकॉर्डिंग केले. स्मार्ट टीव्ही वायफायद्वारे इंटरनेटला जोडला असल्याने रेकॉर्ड केलेली क्लिप त्या साइटवर अपलोड झाली. हे सर्व स्मार्ट टीव्हीबाबतच नाही तर इंटरनेटला जोडलेल्या कुठल्याही स्मार्ट डिव्हाइस बाबत घडू शकते. मालवेअर एकदा का तुमच्या स्मार्ट डिव्हाईस मधे शिरले की ते तुमचा डेटा, कॅमेरा, मायक्रोफोन सगळ्याचा ताबा घेऊन त्याचा गैरवापर करू शकते.

अंकितने संबंधित साईटच्या ॲडमिनशी संपर्क साधून राजेशची क्लिप काढून टाकण्याची विनंती केली. पण त्याअगोदर कोणी ती क्लिप डाऊनलोड करून व्हायरल केली असण्याची शक्यता त्याने राजेशला सांगितली.

राजेश - रीमा अजूनही भीती आणि बदनामीच्या सावटाखाली आहेत.

स्मार्ट टीव्ही हॅक होण्यापासून वाचवण्यासाठी काही गोष्टी आवश्यक आहेत. जसे की सेटिंग्जमध्ये जाऊन त्याचा कॅमेरा आणि मायक्रोफोन जरूर नसताना डिसॅबल करावे, किंवा त्यावर काळी टेप चिकटवावी. टीव्हीचे सिस्टम सॉफ्टवेअर वेळोवेळी अपडेट करावे, बरेच स्मार्ट टीव्ही ॲन्टीव्हायरस आणि ॲन्टीमालवेअर सोबत येतात (जसे सॅमसंग चे

स्मार्ट सेक्युरीटी) त्यांचे अ‍ॅन्टीव्हायरस अपडेटेड ठेवावे. फक्त टिव्ही सोबत येणारे अ‍ॅप्स आणि रीमोट कंट्रोल चा वापर करावा. जरुरी नसलेले, माहीत नसलेले थर्ड पार्टी अ‍ॅप्स वापरू नाही. सेक्युर्ड वाय-फाय चा वापर करावा.

Made in United States
North Haven, CT
22 August 2025

72014593R00069